கல்லறை ரகசியம்

சத்யஜித் ரே
தமிழில் : வீ.பா. கணேசன்

BOOKS FOR CHILDREN

KALLARAI RAGASIYAM (In Tamil)
by Satyajit Ray
In Tamil: **V.B.Ganesan**
First Edition: November, 2013
Originally Published under the Title *Gorosthaney Saldhan* (Bengali) Published by: Desh - 1977

Published by

BOOKS FOR CHILDREN
im print of Bharathi Puthakalayam
7, Elango Salai, Teynampet, Chennai - 600 018
Email: thamizhbooks@gmail.com | www.thamizhbooks.com

கல்லறை ரகசியம்

சத்யஜித் ரே

தமிழில் : **வீ.பா. கணேசன்**
முதல் பதிப்பு: நவம்பர், 2013

வெளியீடு:

BOOKS FOR CHILDREN

புக்ஸ் ஃபார் சில்ரன்
பாரதி புத்தகாலயத்தின் ஓர் அங்கம்
421, அண்ணாசாலை, தேனாம்பேட்டை, சென்னை - 600 018
தொலைபேசி : 044 24332424, 24332924, 24356935

விற்பனை உரிமை

பாரதி புத்தகாலயம்

7, இளங்கோ சாலை, தேனாம்பேட்டை, சென்னை - 600 018

விற்பனை மையம்

திருவல்லிக்கேணி: 48, தேரடி தெரு
வடபழனி: பேருந்து நிலையம் எதிரில் அடையார் ஆனந்தபவன் மாடியில்
பெரம்பூர்: 52, கூக்ஸ் ரோடு | **ஈரோடு:** 39, ஸ்டேட் பாங்க் சாலை
திண்டுக்கல்: 3சி18, எல்.ஜி.பி. காம்பவுண்ட் | **நாகை:** 1, ஆரியபத்திரபிள்ளை தெரு
திருப்பூர்: 447, அவினாசி சாலை | **திருவாரூர்:** 35, நேதாஜி சாலை
சேலம்: பாலம் 35. அத்வைத ஆஸ்ரமம் சாலை, | **சேலம்:** 15, வித்யாலயா சாலை
மயிலாடுதுறை: ரசாக் டவர், 1J,கச்சேரி சாலை | **மதுரை:** 37A, பெரியார் பேருந்து நிலையம்
அருப்புக்கோட்டை: 31, அகமுடையார் மகால் | **மதுரை:** சர்வோதயா மெயின்ரோடு,
குன்னூர்: N.K.N வணிகவளாகம் பெட்போர்ட் | **செங்கற்பட்டு:** 1டி., ஜி.எஸ்.டி சாலை
விழுப்புரம்: 26/1, பவானி தெரு | **சிதம்பரம்:** 22A/ 18B தேரடி கடைத் தெரு, கீழவீதி அருகில்
விருதுநகர்: 131, கச்சேரி சாலை | **கும்பகோணம்:** 352, பச்சையப்பன் தெரு
நெய்வேலி: பேருந்து நிலையம் அருகில் | **வேலூர்:** S.P. Plaza 264, பேஸ் II, சத்துவாச்சாரி
விருதாசலம்: 511A, ஆலடி ரோடு | **தஞ்சாவூர்:** காந்திஜி வணிக வளாகம் காந்திஜி சாலை
தேனி: 12,பி, மீனாட்சி அம்மாள் சந்து, இடமால் தெரு | **பழனி:** பேருந்து நிலையம்
கோவை: 77, மசக்காளிபாளையம் ரோடு, பீளமேடு | **திருவண்ணாமலை:** முத்தம்மாள் நகர்
திருச்சி: வெண்மணி இல்லம், கரூர் புறவழிச்சாலை | **திருநெல்வேலி:** 25A, ராஜேந்திரநகர்
நாகர்கோவில்: கேவ் தெரு, டோத்தி பள்ளி ஜங்ஷன்

அச்சு : சென்னை மைக்ரோ பிரிண்ட், சென்னை - 29

ஃபெலுடா கதைகள்

சத்யஜித் ரேயின் திரைப்படங்களைப் போலவே அவரது எழுத்துகளும் உலகப் புகழ்பெற்றவை. அவரது கலை மேதைமையை வெளிப்படுத்துபவை. ரேயின் பிரசித்தமான படைப்புகளில் ஒன்று ஃபெலுடா வரிசை கதைகள். இந்தத் துப்பறியும் கதைகளில் வெளிப்படும் அவருடைய எழுத்தின் வேகமும் சீற்றமும் பிரமிப்பூட்டக்கூடியது.

சிறுவயது முதல் துப்பறியும் கதைகள் மீது சத்யஜித் ரேக்கு மிகுந்த ஆர்வம் இருந்து வந்திருக்கிறது. பள்ளிக்கூட நாள்களிலேயே ஷெர்லக் ஹோம்ஸ் கதைகள் முழுவதும் படித்திருக்கிறார். ஒருவகையில் இந்த ஆர்வம்தான் வங்காள இலக்கியத்தின் ஷெர்லக் ஹோம்ஸ் என்று அழைக்கப்பட்ட, ஃபெலுடா கதாபாத்திரம் உருவாவதற்குக் காரணமாக இருந்தது.

ஃபெலுடா கதைகள் அனைத்தும் சத்யஜித் ரே நடத்திய **'சந்தேஷ்'** சிறுவர்கள் பத்திரிகையில்தான் முதலில் வெளியானது. ரேயின் அப்பா வழி தாத்தா உபேந்திர கிஷோர் ரேயினால் தொடங்கப்பட்டது **'சந்தேஷ்'** பத்திரிகை. அவரது காலத்துக்குப் பிறகு ரேயின் தந்தை சுகுமார் ரே இப்பத்திரிகையை நடத்தினார். ஆனால், பொருளாதார இழப்புகள் காரணமாகத் தொடர்ந்து நடத்த முடியாமல் இடையிலேயே நிறுத்திவிட்டார். சத்யஜித் ரே, மீண்டும் 1961ம் வருடம் **'சந்தேஷ்'** பத்திரிகையைத் தொடங்கி, தன் இறுதிக்காலம் வரைக்கும் நடத்தினார். ஃபெலுடா என்ற கதாபாத்திரத்தை உருவாக்கி, 'சந்தேஷி'ல் தொடர்ந்து துப்பறியும் கதைகள் எழுதினார்.

முதல் ஃபெலுடா கதை 'டார்ஜீலிங்கில் ஓர் அபாயம்' 1965ம் வருடம் வெளியானது. அப்பொழுது, தொடர்ந்து ஃபெலுடா கதைகள் எழுதும் திட்டம் எதுவும் ரேயிடம் இல்லை. ஆனால், 'டார்ஜீலிங்கில் ஓர் அபாயம்' கதைக்கு வங்காள வாசகர்கள் மத்தியில் கிடைத்த உற்சாக வரவேற்பு, அவரை தொடர்ந்து எழுதத் தூண்டியது. ரே, மொத்தம் 35 ஃபெலுடா கதைகள்

எழுதியுள்ளார். இதில் 34 கதைகள் அவரது ஆயுள் காலத்தில் வெளியானது. கடைசிக் கதையான 'மாய உலகின் மர்மம்' ரேயின் மறைவுக்குப் பிறகு 1995ம் வருடம் வெளிவந்தது.

துப்பறியும் நிபுணரான ஃபெலுடாவும், அவரது ஒன்றுவிட்ட சகோதரன் தபேஷும் தான் இக்கதைகளின் பிரதான பாத்திரங்கள். தபேஷ் சொல்வது போல கதைகளை எழுதியுள்ளார் ரே. 'தங்கக் கோட்டை' என்ற கதையிலிருந்து துவங்கி, வங்க மொழியில் ஜனரஞ்சகமான மர்மக்கதை எழுத்தாளராகப் புகழ்பெற்ற 'ஜடாயு' என்ற புனைபெயர் கொண்ட லால்மோகன் கங்குலி என்ற கதாபாத்திரம் இந்த இருவரோடும் இணைந்து கொள்கிறது. அவரது முக்கியமான சிறுவர் திரைப்படங்களான 'ஜொய் பாபா பெலுநாத்', 'சோனார் கெல்லா' ஆகியவை முறையே 'பிள்ளை யாருக்கு பின்னே ஒரு மர்மம்', 'தங்கக் கோட்டை' ஆகிய ஃபெலுடா கதைகளை அடிப்படையாகக் கொண்டு எடுக்கப் பட்டவைதான். ரேயின் மகன் சந்தீப் ரேயும் சில ஃபெலுடா கதைகளைத் திரைப்படமாக எடுத்துள்ளார்.

சிறுவர்களுக்காகவும் இளைஞர்களுக்காகவும்தான் ஃபெலுடா வரிசை கதைகளை சத்யஜித் ரே எழுதினார். என்றாலும், பெரியவர்களும் இக்கதைகளை விரும்பிப் படிக்கிறார்கள். வக்கிர உணர்வுகளைத் தூண்டும் துப்பறியும் கதைகளுக்கு மத்தியில், நாகரிகமான ஃபெலுடா கதைகள், துப்பறியும் கதைகளுக்கு ஓர் இலக்கிய அந்தஸ்தை வழங்குகின்றன.

ஆசிரியர்

சத்யஜித் ரே (மே 2, 1921-ஏப்ரல் 23, 1992) இருபதாம் நூற்றாண்டின் மிக முக்கியமான திரைப்பட இயக்குநர்களில் ஒருவர். ஓவியராக வாழ்க்கையைத் தொடங்கிய ரே, மொத்தம் 37 திரைப்படங்களையும், ஏராளமான ஆவணப்படங்களையும் இயக்கியிருக்கிறார். சத்யஜித் ரேயின் முதல் திரைப்படம், 'பதேர் பாஞ்சாலி' பதினொரு சர்வதேச விருதுகளைப் பெற்றது. 1992ல் ரேவிற்கு வாழ்நாள் சாதனைகளுக்கான ஆஸ்கர் விருது வழங்கப்பட்டது. ரே, ஒரு புகழ்பெற்ற எழுத்தாளரும்கூட. குழந்தைகளுக்காகவும் இளைஞர்களுக்காகவும் நிறைய எழுதியிருக்கிறார். அவரது பன்முகத் திறமையில் ஒரு சிறு பகுதி இந்த எழுத்துக்களில் பிரதிபலிக்கிறது என்றே கூறலாம்.

மொழிபெயர்ப்பாளர்

வீ. பா. கணேசன் 35 ஆண்டுகளாக மொழிபெயர்ப்புப் பணியில் ஈடுபட்டு வருபவர். ஆங்கிலம், தமிழ் இரு மொழிகளிலும் எழுதுபவர். சத்யஜித் ரேயுடன் நேரடியாகப் பழகியவர். சென்னையில் இருந்த மேற்கு வங்க தகவல் நிலையத்தில் உதவி இயக்குநராக இருந்து விருப்ப ஓய்வுபெற்று, தற்போது 'ஹிந்து' நாளிதழின் இணையதளப்பிரிவில் மூத்த உதவி ஆசிரியராகப் பணிபுரியும் கணேசன், வங்காள மொழி நன்கறிந்தவர்.

ஒரு பின்னோட்டம்

முகவை மாவட்டத்தின் சின்னஞ்சிறு கிராமங்களில் உலகப் புகழ்பெற்ற திரைப்படங்களை திரையிட்டு மாற்றுத் திரைப்பட ரசனையை உருவாக்கி வந்தவர் 'குன்னாம் குன்னாம் குர்' அமைப்பின் தலைவர் செல்வம். சிறுவர்களுக்கென புத்தக வெளியீடு என்ற அவரது தாகத்தின் ஒரு பகுதியாக சத்யஜித் ரேயின் ஜெய் பாபா ஃபெலுநாத் என்ற திரைப்படத்தின் மூலக் கதையை தமிழில் கொண்டு வர விரும்பி என்னை அணுகினார்.

சத்யஜித் ரே குடும்பத்துடன் எனக்கு ஏற்கனவே அறிமுகம் இருந்ததால் தமிழ் மொழிபெயர்ப்பிற்கான அனுமதி எளிதாகவே கிடைத்தது. பணி முடிந்த நேரத்திலோ அதை நூல்வடிவில் கொண்டு வரும் நிதியில்லா நிலையை செல்வம் சந்திக்க நேர்ந்தது. கிழக்கு பதிப்பகத்தின் பத்ரி சேஷாத்ரியை அணுகிய போது, ஃபெலுடா வரிசை கதைகளில் நடுவில் ஒன்றை மட்டும் வெளியிடுவதை விட அனைத்துகதைகளையும் கால வரிசையின் அடிப்படையில் சத்யஜித் ரேயின் ஆளுமையை தமிழ் வாசகர்களிடம் கொண்டு செல்வது பொருத்தமாக இருக்கும் என்று ஆலோசனை கூறினார்.

அதன்படியே ஃபெலுடா வரிசை கதைகள் அனைத்தையும் தமிழில் மொழிபெயர்க்கும் உரிமையை சத்யஜித் ரே குடும்பத்தாரிடம் பெற்று முதல் 19 நூல்களை மொழி பெயர்த்து கிழக்கு பதிப்பகத்திடம் வழங்கினேன். அதில் முதல் 9 நூல்களை மட்டுமே அவர்களால் வெளியிட முடிந்தது. 4 ஆண்டுகால மௌனத்திற்குப் பிறகு பாரதி புத்தகாலய நிர்வாகி அவரது சிறுவர் வெளியீட்டு பிரிவில் மீண்டும் முழுமையாகக் கொண்டு வரலாம் என ஆலோசனை வழங்கினார். அதன்படி இப்போது முதல் 20 நூல்கள் உங்கள் கைகளில்.

சத்யஜித் ரேயின் பன்முக ஆளுமையை தமிழுக்கு அறிமுகம் செய்ய விரும்பிய 'குன்னாம் குன்னாம்குர்' அமைப்பின் தலைவர் செல்வம், அதை முழுமையாக கொண்டு செல்ல வேண்டும் என்ற உந்துதலை உருவாக்கிய கிழக்கு பதிப்பக நிறுவனர் பத்ரி சேஷாத்ரி, அவரது உதவியாளர் மருதன், இந்த முயற்சியை மீண்டும் உயிர்ப்பித்து அடுத்த கட்டத்திற்கு முன்னேற்றியுள்ள பாரதி புத்தகாலய தோழர்கள் மற்றும் அனைவரையும் இத்தருணத்தில் நினைவு கூர்ந்து நன்றி பாராட்டுகிறேன்.

வீ. பா. கணேசன்

ஒன்று

புலாக் கோஷால் இயக்கிய திரைப்படம் கல்கத்தா பாரடைஸ் தியேட்டரில் 25 வாரங்கள் ஓடி முடித்த மூன்று நாட்களுக்குப் பிறகு இரண்டாவது முறையாக கைமாறியிருந்த மார்க் 2 அம்பாசிடர் கார் ஒன்று. எங்கள் வீட்டின் முன்னால் வந்து நின்றது. அந்த கார் வந்து நின்றபோது எழுப்பிய ஹார்ன் ஒலி எங்கள் தெருவையே உலுக்கி விட்டது என்று கூறிவிடலாம். அது சாதாரண ஹார்ன் ஒலியல்ல. அதை எழுப்பும்போது மிகுந்த சத்தத்துடன் இசைக் குறிப்புகள் வரிசையாக காதில் வந்து விழுந்தன.

புலாக் கோஷால் பம்பாயில் உள்ள ஒரு திரைப்பட இயக்குநர். பாரடைஸ் தியேட்டரில் வெள்ளி விழா கொண்டாடிய அவரது திரைப்படத்தின் கதையை எழுதியது லால்மோகன் பாபு. இந்த படத்தின் வெற்றியை கொண்டாடும் விதமாக ஒரு கார் வாங்க வேண்டுமென்று லால்மோகன் பாபு நினைத்துக் கொண்டிருந்தார் என்பது எங்களுக்குத் தெரியும். என்றாலும் அந்த எண்ணம் இவ்வளவு சீக்கிரம் நிறைவேறி விடும் என்றுதான் நாங்கள் எதிர்ப்பார்க்கவில்லை. உண்மையில் காரை வாங்கியதோடு அவர் நின்று விடவில்லை. கார் ஓட்டத் தெரியாது என்பதால் ஒரு டிரைவரையும் அவர் நியமித்திருந்தார். கார் ஓட்ட கற்றுக் கொள்ள வேண்டும் என்ற எண்ணமும் அவருக்கு இல்லை. இன்னும் சொல்லப்போனால் அவரது இந்த கருத்தை அவர் அடிக்கடி சொல்லிக் கொண்டும் இருப்பார். ஒரு நாள் ஏன் என்று ஃபெலுடா கேட்டபோதுதான் லால்மோகன் பாபு அதற்கான காரணத்தையும் சொன்னார். ஐந்து ஆண்டுகளுக்கு முன்னால் அவர் கார் ஓட்டக் கற்றுக் கொள்ள துவங்கியிருந்தார். அவரது நண்பர் ஒருவரின் கார் அது. கற்றுக் கொள்ள துவங்கிய

இரண்டாவது நாள் காருக்குள் வந்து உட்கார்ந்த உடனேயே மிக அருமையானதொரு கதைக்கான கரு அவரது மூளைக்குள் உருவாகத் துவங்கியது என்றாலும் இரண்டாவது கியரிலிருந்து முதல் கியருக்கு அவர் மாறியபோது, அந்த கார் திடீரென குலுங்கி முன்னே சென்றது. அந்தக் குலுக்கலில் புதிய நாவலுக்கான அந்த கரு அவரது மூளையிலிருந்து வெளியே போய் விழுந்தது விழுந்ததுதான். அதன் பிறகு அந்த கதைக் கரு அவருக்கு கிடைக்கவே இல்லை.

'அந்த இழப்பை இன்னமும் நான் உணர்கிறேன். நினைவில் வைத்துக் கொள்ளுங்கள்' என்று ஆயாசத்துடன் சொன்னார் லால் மோகன் பாபு.

காக்கி பேண்ட்டும் வெள்ளை சட்டையும் அணிந்த அவரது டிரைவர் வெளியே வந்து லால்மோகன் பாபு இறங்குவதற்காக கதவைத் திறந்தார். காரை விட்டு வெளியே இறங்கிய லால் மோகன் பாபு நடைபாதை மீது தாண்டி குதிக்க முயற்சித்த போது அவரது வேட்டியின் ஒரு முனை காலில் மாட்டிக் கொண்டு அவரை நிலைதடுமாற வைத்தது. அப்போதும் கூட அவரது முகத்திலருந்த புன்னகை மறைவில்லை. என்றாலும் ஃபெலுடா மிகுந்த யோசனையுடனேயேதான் இருந்தார். நாங்கள் மூவரும் உள்ளே போய் உட்கார்ந்த பிறகுதான் அவர் வாயைத் திறந்தார்.

ஃபெலுடா அவரிடம் சொன்னார். 'அந்த ஹார்னை மாற்றி விட்டு மிகவும் எளிமையான நாகரீகமான ஹார்னை நீங்கள் வண்டியில் பொருந்தும் வரையில் உங்கள் கார் இந்த ரஜனி சென் தெருவிற்குள்ளேயே நுழையக் கூடாது!'

தவறு இழைத்தவரைப் போல முகத்தை வைத்துக் கொண்டபடி லால்மோகன்பாபு சொன்னார். 'ஆமாம் எனக்கும் புரிந்தது, நான் தேவையில்லாத வம்பை விலைக்கு வாங்குகிறேனோ என்று. அந்த கடையிலிருந்த பையன் அதை ஒலித்துக் கட்டிய போது ரொம்பவும் உற்சாகமாக இருந்தது. அதுபோக இது ஜப்பானிலிருந்து வந்தது. தெரியுமா உங்களுக்கு?'

'அப்பப்பா...! காதே கிழிந்து போய்விட்டது. ஆளையே அலற வைக்கிறது அதன் சத்தம். இவ்வளவு சீக்கிரம் இந்தி சினிமா உலகம் உங்களை பாதித்து விடும் என்று நான் நினைக்கவே இல்லை. அதுபோக உங்கள் காரின் நிறம் அதைவிட படு மோசம். அதைப் பார்க்கும்போது எனக்கு தமிழ் சினிமாதான் நினைவிற்கு வருகிறது!' என்றார் பெலுடா.

கைகளை கூப்பியபடி லால் மோகன் பாபு கெஞ்சினார். 'மித்தர்! நாளைக்கே அந்த ஹார்னை மாற்றி விடுகிறேன். ஆனால் தயவு செய்து காரின் நிறத்தை மட்டும் மாற்றச் சொல்லாதீர்கள். பச்சை நிறம் மனதுக்கு இதமாக இருப்பதாக நான் நினைக்கிறேன்.'

ஃபெலுடா அதற்கு மேல் அவரை வற்புறுத்துவதை விட்டுவிட்டு தேநீர் கொண்டு வர உத்தரவு பிறப்பிக்க முனைந்தபோது லால்மோகன் பாபு அவரை தடுத்தார். 'அப்புறம் தேநீர் அருந்திக் கொள்ளலாம். முதலில் காரில் ஒரு ரவுண்ட் போய் வரலாம். எனது காரில் உங்களையும் மாஸ்டர் தபேஷ்-ஐயும் ஏற்றிக் கொண்டு செல்லாமல் எனக்கு திருப்தி ஏற்படாது. எங்கே போகலாம்? சொல்லுங்கள்.'

ஃபெலுடா இதற்கு எந்த எதிர்ப்பும் தெரிவிக்கவில்லை. ஒரு கணம் யோசித்து விட்டு அவர் சொன்னார். 'சார்னாக்கின் கல்லறையை தொப்ஷேவிற்கு காட்ட வேண்டும் என்று நினைக்கிறேன்.'

'சார்னாக்? ஜாப் சார்னாக்?' என்றார் லால்மோகன் பாபு. முதல் பெயரை 'ஜாப்' என்று உச்சரித்தார் அவர்.

'இல்லை' என்றார் பெலுடா.

'இல்லையா?' அப்படியென்றால் வேறு யாராவது சார்னாக் என்று இருந்தார்களா என்ன?'

'ஆமாம். வேறு பலரும் நிச்சயமாக அந்தப் பெயரில் இருந்திருப்பார்கள். ஆனால் ஒரே ஒரு சார்னாக்தான் கல்கத்தா நகரை தோற்றுவித்தவர்.'

'ஆமாம். அவரைத்தான் நான்...'

'அவரது பெயர் ஜோப். ஜோப் என்றுதான் உச்சரிக்க வேண்டும். ஜாப் என்றால் வேலை. அதற்காக உங்களுக்கு சம்பளம் கிடைக்கும். ஜோப் என்பது ஒரு பெயர். பெரும்பாலானோர் அந்தப் பெயரை தவறாகத்தான் உச்சரிக்கிறார்கள். உங்களுக்கு இதைப் பற்றி தெரிந்திருக்க வேண்டும்.'

ஃபெலுடாவின் சமீபத்திய ஆர்வம் பழைய கல்கத்தா நகரத்தின் மீது இருந்தது. ஒரு கொலைக்கான விசாரணைக்காக அவர் ஃபேன்ஸி சந்திற்கு போனபோதுதான் இந்த ஆர்வம் அவருக்குள் முளை விட்டது. அப்போதுதான் ஃபேன்ஸி என்ற வார்த்தை ஃபான்ஸி என்ற இந்திய வார்த்தையிலிருந்து மருவி வந்தது என்றும் ஃபான்ஸி என்பதற்கு தூக்கு தண்டனை என்றும் 200

ஆண்டுகளுக்கு முன்னால் அந்தப் பகுதியைச் சேர்ந்த நந்த குமார் என்பவர் தூக்கு தண்டனை பெற்றதைத் தொடர்ந்தே இந்த பெயர் வந்தது என்றும் அவருக்கு தெரிய வந்தது. அதிலிருந்தே கல்கத்தாவின் வரலாற்றில் அவர் மிகுந்த ஈடுபாடு கொண்டார். கடந்த மூன்றுமாத காலத்திற்குள் இந்த விஷயம் குறித்து அவர் ஏராளமான நூல்களை படித்தது மட்டுமின்றி, நிறைய புகைப் படங்களையும் பார்த்திருக்கிறார். அதேபோல் டஜன் கணக்கில் வரைபடங்களையும் ஆராய்ந்திருக்கிறார். இதன் விளைவாக விக்டோரியா நினைவு மண்டபத்தில் இரண்டு பிற்பகல்களை செலவழித்து நானும் இதுபற்றி ஓரளவு அறிவை விருத்தி செய்து கொண்டிருந்தேன்.

ஃபெலுடாவை பொறுத்த வரையில் தில்லி, ஆக்ரா போன்ற நகரங்களை ஒப்பிடும்போது கல்கத்தா நகரம் வயதில் குறைந்தது என்றாலும்கூட அதன் முக்கியத்துவத்தை குறைத்து மதிப்பிட்டு விட முடியாது. தாஜ்மஹாலைப் போல், குதுப் மினாரைப் போல் பிரம்மாண்டமான கட்டிட கலைப் பொருள்களோ அல்லது ஜோத்பூர், ஜெய்சால்மரைப் போல் கோட்டைகளோ அல்லது வாரணாசியில் இருப்பது போன்ற புகழ் பெற்ற காசி விஸ்வநாதர் கோயிலுக்கு செல்லும் சந்துகளோ கல்கத்தாவில் இல்லை என்பது உண்மைதான்.

ஃபெலுடா ஒருநாள் என்னிடம் சொன்னார். ‘இருந்தாலும்கூட கொஞ்சம் யோசித்துப் பார் தொப்ஷே! ஒருநாள் கங்கைக் கரையில் ஓர் ஆங்கிலேயர் அமர்ந்திருந்தார். அந்த இடம் உண்மையில் ஒரு காடு. பூச்சிகளும், கொசுக்களும், பாம்புகளும் நிரம்பி இருந்த இடம் அது. இதே இடத்தில் தான் ஒரு நகரை உருவாக்குவேன் என்று நினைத்துக் கொண்டார் அந்த ஆங்கிலேயர். அதன் பிறகோ, கண்மூடி திறப்பதற்குள் அந்த காடு மறைந்து போய் கட்டிடங்கள் எழும்பின; சாலைகள் போடப்பட்டன; வரிசையாக எரிவாயு விளக்குகள் எரியத் துவங்கின; அகன்ற அதன் வீதிகளில் குதிரைகள் வேகமாக ஓடத் துவங்கின; பல்லக்குகள் நடைபோட்டன. அந்தப் புதிய இடம் நூறே ஆண்டுகளுக்குள் மாளிகைகள் நிறைந்த நகரம் என்ற பெயர் பெற்றது. இப்போது அதே நகரம் எந்த கதிக்கு ஆளாகியிருக்கிறது என்பது முக்கியமல்ல; நான் வரலாற்றை பற்றி மட்டும்தான் பேசுகிறேன். இப்போதோ தெருவிற்கான அறிகுறிகளை மாற்றி, அவற்றின் பெயர்களையும் மாற்றி, வரலாற்றையே துடைத்தெறிய வேண்டும் என்றும் சிலர்

விரும்புகிறார்கள் அது சரிதானா? அல்லது அப்படித்தான் செய்ய முடியுமா? பிரிட்டிஷ்காரர்கள் தங்கள் வசதிக்காகத்தான் இதை எல்லாம் செய்தார்கள் என்று ஒப்புக் கொள்கிறேன். என்றாலும் அவர்கள் அப்படி செய்யாமல் இருந்திருந்தால், இந்த ஃபெலு மித்தர் இன்று என்ன செய்து கொண்டிருப்பான்? கொஞ்சம் அந்தக் காட்சியையும்தான் கற்பனை செய்து பாரேன்... உனது ஃபெலுடா என்கிற பிரதோஷ் சந்திர மித்தர் என்கிற தனியார் துப்பறியும் நிபுணர் யாராவது ஒரு ஜமீன்தாரிடம் எழுத்தராக தலையை குனிந்தபடி கணக்கெழுதிக் கொண்டு இருப்பான். அவனுக்கு கைரேகை என்றால் ஏதாவதொரு ஆவணத்தில் இருக்கும் யாரோ ஒருவரின் இடது கை பெருவிரல் ரேகை என்றுதான் அர்த்தம் தெரிந்திருக்கும்!'

நாங்கள் பி.பி.டி பாக் என்றழைக்கப்படும் இடத்திற்குச் சென்றோம். பினய் பாதல் தினேஷ் சதுக்கம் என்று மூன்று சுதந்திரப் போராட்ட வீரர்களின் நினைவாக பெயர் சூடப்பட்டிருந்த இந்தப் பகுதி ஒரு காலத்தில் டல்ஹௌஸி சதுக்கம் என்ற பெயரால் அறியப்பட்டதாகும். ஒரு காலத்தில் இந்தியாவின் கவர்னர் ஜெனரலாக இருந்த டல்ஹௌஸி பிரபு இந்தியாவின் மாநிலங்களை பிரிட்டிஷ் பகுதிகளுடன் இணைத்தது, இந்தியாவில் ரயில்வே, தந்தி ஆகியவற்றை அறிமுகப்படுத்தியது ஆகிய செயல்களுக்காக புகழ்பெற்றவர் ஆவார். கல்கத்தாவில் முதன் முதலாக செங்கற்களால் கட்டப்பட்ட கட்டிடம் என்ற புகழைப் பெற்ற ஜோப் சார்னாக்கின் கல்லறையானது பி.பி.டி. பாகில் இருந்த செயின்ட் ஜான் சர்ச் என்ற 200 வருடப் பழமையான வளாகத்திற்குள்ளே அமைந்திருந்தது. அதைப் பார்த்ததுமே லால்மோகன் பாபு 'அற்புதம்!' என்றார். வானத்தில் சூழ்ந்து வந்த கருமேகங்கள், தூரத்தில் கேட்ட இடிச்சத்தம் ஆகியவையும்கூட அவரது வியப்பிற்கு ஒரு காரணமாக இருக்கக் கூடும். அக்கல்லறையின் பளிங்குக் கல்லை உற்றுப்பார்த்து விட்டு அவர் சொன்னார். 'இதோ பாருங்கள். நீங்கள் சொன்னது போல 'ஜோப்' கூட இல்லை. இங்கே 'ஜோபஸ்' என்று எழுதியிருக்கிறது. ஏன் அப்படி?'

'ஜோபஸ் என்பது ஜோப் என்பதன் லத்தீன் வார்த்தையாகும். அந்த கல்லில் பொறிக்கப்பட்டிருக்கும் வார்த்தைகள் எல்லாமே லத்தீன் மொழியிலேயே இருப்பதை நீங்கள் கவனிக்கவில்லையா?'

'இல்லை சார். எனக்கு தெரிந்ததெல்லாம் அது ஆங்கிலம் அல்ல என்பதுதான். மற்றபடி அதன் அர்த்தமேதும் எனக்கு

விளங்கவில்லை அவரது பெயருக்கு மேலே டி ஓ எம் என்று எழுதியிருக்கிறதே, ஏன்?'

'அதை டொமினஸ் ஓம்னியம் மஜிஸ்டர் என்று விரிவாக்கலாம். அதாவது கடவுள்தான் அனைத்திற்கும் எஜமானர் என்பதுதான் அதன் பொருள். அந்த எழுத்துகளுக்கு கீழே கவனியுங்கள். ஒரு குறிப்பிட்ட வார்த்தையை மட்டுமே உற்றுப் பாருங்கள். மர்மேர் வங்காளி மொழியில் மர்மர் தெரியுமல்லவா? இந்த இரண்டு வார்த்தைகளுக்குமே ஒரே அர்த்தம்தான். அதாவது பளிங்கு. இதில் கவனத்திற்குரிய விஷயம் என்னவென்றால் மர்மர் என்ற வார்த்தை சமஸ்கிருதத்திலிருந்து வரவில்லை. பாரசீக மொழியிலிருந்து வந்தது. என்றாலும் மர்மர் ஸெளத் என்று சொன்னால் அதாவது பளிங்குத் தூண். அது வேடிக்கையாக இருக்கும். ஏனென்றால் ஸெளத் என்பது சமஸ்கிருதச் சொல். இப்படித்தான் நமது மொழியில் சமஸ்கிருத, பாரசீகச் சொற்களை அதனை உணராமலேயே பயன்படுத்தி வருகிறோம். உதாரணமாக...'

ஃபெலுடா அவருடைய உரையை முடிக்கவில்லை. அவர் பேசிக்கொண்டிருந்தபோதே எந்தவித முன்னறிவிப்புமின்றி கடுமையான தூசிப்படலம் உருவாகத் தொடங்கியிருந்தது. (லால் மோகன் பாபு இதை அழிவு நேரச் சூறாவளி என்றார்.) இது போன்ற ஒன்றை நான் இதுவரை பார்த்ததே இல்லை. கண்ணை மூடியபடியே நாங்கள் எல்லோரும் லால் மோகன் பாபுவின் பச்சை நிற அம்பாசிடர் காரில் தட்டுத் தடுமாறி ஏறிக் கொண்டோம். அதன் டிரைவர் ஹரி உடனடியாக வண்டியை கிளப்பி எஸ்பிளனேட் பகுதியை நோக்கி ஓட்டிச் சென்றார். தியாகிகள் ஸ்தூபி (சாஹித் மினார்) புழுதிப் படலத்தால் முற்றிலுமாக மூடப்பட்டிருந்ததை அப்போதுதான் முதன் முறையாகப் பார்த்தேன். எல்லா ஜன்னல் கண்ணாடிகளும் மூடியிருந்ததால் காற்று எவ்வளவு வேகமாக அடிக்கிறது என்பதை என்னால் ஊகிக்க முடியவில்லை. என்றாலும் வேர்க்கடலை விற்பவர்கள் வைத்திருப்பார்களே தடித்த திரியுடன் கூடிய விளக்கு. அது ஒன்று மைதானம் பக்கத்திலிருந்து பறந்து வந்து எங்களுக்கு முன்னால் சென்று கொண்டிருந்த இரட்டை அடுக்கு பஸ் ஒன்றின் மேல்பகுதியில் போய் மோதி அடுத்த கணம் கர்ஸான் பூங்காவை நோக்கி பறந்து சென்றதை பார்த்தபோதுதான் காற்று எவ்வளவு வேகமாக அடிக்கிறது என்று எனக்குப் புரிந்தது.

நாங்கள் பார்க் தெருவை நெருங்கிய போதுதான் ட்ராம் வண்டிகள் ஓடவில்லை என்று தெரிந்தது. ட்ராக் போகும் வழியில் மரம் ஒன்று விழுந்து விட்டதால்தான் ட்ராம் போக்குவரத்து நிறுத்தப்பட்டிருந்தது. பார்க் தெருவில் இருந்த பழைய கல்லறையை எங்களுக்கு காட்ட வேண்டும் என்று ஃபெலுடா விரும்பினார். என்றாலும் அந்த சூறைக் காற்றினால் ஃபெலுடா அந்த யோசனையை விட்டுவிட்டார். நாங்கள் மட்டும் அங்கே போயிருந்தோமெனில் மறுநாள் பத்திரிக்கைகளில் செய்தியாக வந்த குறிப்பிட்டதொரு சம்பவத்தை நாங்கள் நேராக கண்டிருப்போம். ஜுன் 24ஆம் தேதி நிகழ்ந்த அந்த சூறாவளியின்போது தெற்கு பார்க் தெரு கல்லறையில் ஒரு மரம் வேரோடு சாய்ந்தது. இதில் நரேந்திரநாத் பிஸ்வாஸ் என்ற நடுத்தர வயது மனிதர் காயமுற்றார். அந்த இருட்டு கவியும் நேரத்தில் மிஸ்டர் பிஸ்வாஸ் அங்கே என்ன செய்து கொண்டிருந்தார் என்பதைத்தான் அந்த பத்திரிக்கை செய்தி எந்த வகையிலும் விளக்கவில்லை.

இரண்டு

அடுத்த நாள் காலையில் ஒரே ஈரமாக இருந்தது. அன்று மதிய நேரத்தில்தான் மழை நின்றது. ஃபெலுடா 1932ஆம் ஆண்டில் தயாரிக்கப்பட்ட கல்கத்தா - ஹவுரா வரைபடத்தை எடுத்தார். கிச்சடி, ஆம்லெட் என்று மதிய உணவை முடித்துக் கொண்டு வாயில் பீடாவுடன் ஒரு சார்மினார் சிகரெட்டை பற்ற வைத்துக் கொண்டு அந்த வரைபடத்தை பிரித்தார் ஃபெலுடா. அந்த வரைபடத்தை ஒழுங்காக பார்க்க வேண்டுமானால் எங்கள் வரவேற்பறையில் இருந்த மரச்சாமான்களை எல்லாம் அப்புறப்படுத்த வேண்டியிருக்கும். அதன் அளவு 6 அடி நீளம் 6 அடி அகலம்.

அதன் மீது குனிந்து நாங்கள் பழைய சாலைகளையும், தெருக்களையும் நோட்டம் விட்டுக் கொண்டிருந்தபோதுதான் லால் மோகன் பாபு வந்து சேர்ந்தார். ஃபெலுடா என்னிடம் சொன்னார். 'ரஜனி சென் சாலையை இதில் தேடாதே'. அந்த நாட்களில் இந்த இடம் வெறும் காடாகத்தான் இருந்தது. லால்மோகன் பாபு கருநீல பேண்ட்டும், மஞ்சள் நிற சட்டையும் அணிந்து டிப் டாப் ஆகத்தான் இருந்தார். 'நேற்று அடித்த சூறாவளி காற்றில் 76 மரங்கள் விழுந்தன. நீங்கள் சொன்ன வேலையை செய்து முடித்து விட்டேன். இந்தி திரைப்படத்தை உங்களுக்கு நினைவுபடுத்தும் அந்த ஹார்னை நான் மாற்றி விட்டேன்' என்றார் அவர்.

அவசரமாக வெளியே போக வேண்டிய வேலை எதுவும் இல்லை. எனவே தேநீர் அருந்தும் நேரம் வரை காத்திருந்து விட்டு பின்னர் லால்மோகன் பாபுவின் காரில் வெளியே கிளம்பினோம். சூறாவளி காற்றால் எத்தகைய அழிவு ஏற்பட்டது என்பதை நேரடியாகவே பார்க்க முடிந்தது. வேரோடு பெயர்ந்து

விழுந்த மரங்களைப் பற்றி பத்திரிக்கையில் எழுதியிருந்ததை நான் படித்திருந்தேன். ஆனால் அப்போது என்னால் அதை நம்ப முடியவில்லை. பார்க் தெருவை நாங்கள் அடைவதற்குள் கீழே விழுந்து கிடந்த மரங்களை எண்ணியதில் 19 வந்தது. ஒரு சில இடங்களில் மரக்கிளைகளும் முறிந்து விழுந்திருந்தன. தெற்கு அவென்யூவில் மட்டுமே மூன்று மரங்கள் கீழே விழுந்திருந்தன. கீழே விழுந்த மரக்கிளைகள் பலவும் உடனடியாக அகற்றப்பட்டு விட்டாலும், இந்த சேதம் நம்ப முடியாத அளவிற்குத்தான் இருந்தது.

பார்க் தெரு கல்லறையின் முன்வாயிலை நாங்கள் அடைந்தபோதுதான் (கேமக் தெரு வந்தபோதுதான் நாங்கள் எங்கே போகிறோம் என்பதையே ஃபெலுடா சொன்னார்) லால்மோகன் பாபுவை லேசாக நோட்டமிட்டேன். அவர் கொஞ்சம் அடங்கிப் போன மாதிரிதான் தெரிந்தது. ஃபெலுடா அவரை என்ன? என்பதுபோல் உற்றுப் பார்த்தார். லால் மோகன் பாபு விளக்கினார். '1941 ஆம் ஆண்டில் நான் ராஞ்சியில் இருந்தபோது ஒரு ஆங்கிலேயரின் உடலை அடக்கம் செய்வதைப் பார்த்தேன். அந்த சவப்பெட்டியை குழிக்குள் இறக்கும்போது கொத்து கொத்தாக மண்ணை தள்ளினார்கள். அவர்கள் அப்போது ஏற்படுத்திய சத்தமிருக்கிறதே அது மிகவும் கொடுமையானது.'

ஃபெலுடா அவரை அமைதிப்படுத்தினார். 'அந்த சத்தத்தை நீங்கள் இங்கே கேட்க வேண்டியிருக்காது. அதற்கான வாய்ப்பே இல்லை. கடந்த 125 வருடங்களில் இந்த கல்லறையில் ஒருவர்கூட புதைக்கப்படவில்லை.'

அந்த கல்லறை காவலாளியின் அறை முன்வாயிலின் வலது புறத்தில்தான் இருந்தது. காலை நேரத்தில் யார் வேண்டுமானாலும் கல்லறைக்குள் வந்து போகலாம். எனவே காவலாளிக்கு அந்த நேரத்தில் வேலை ஏதும் இருக்காது. ஃபெலுடா சொன்னார். 'ஒரே ஒரு விஷயத்தில்தான் அவர் கவனமாக இருக்க வேண்டும். அந்த பளிங்கு கல் எதையும் யாராவது எடுத்துச் செல்கிறார்களா? என்பதை மட்டும் கவனமாக பார்த்துக் கொள்ள வேண்டும். ஏனென்றால் உண்மையான இத்தாலிய பளிங்கு கல் நல்ல விலைக்குப் போகும்.' என்று கூறிவிட்டு 'வாட்ச் மேன்!' என்று குரல் கொடுத்தார் ஃபெலுடா.

அந்த காவலாளி தனது அறையிலிருந்து வெளியே வந்தார். அவரை பார்த்தவுடனேயே அவர் பீகாரிலிருந்து வந்தவர் என்பது

அப்பட்டமாகவே தெரிந்தது. அவர் புகையிலையை வாயில் அடக்கி மென்று கொண்டிருந்தார். அநேகமாக அப்போதுதான் அதை அவர் வாயில் போட்டிருக்க வேண்டும்.

'வங்காளி பாபு யாராவது நேற்று இங்கே காயமடைந்தார்களா? மரம் ஒடிந்து விழுந்ததாமே!'

'ஆமாம். சார்.'

'அந்த இடத்தை நாங்கள் பார்க்கலாமா?'

'இப்படியே நேராக போங்கள். கடைசியில் இடது புறம் திரும்பினால் நீங்களே பார்க்கலாம். விழுந்த அந்த மரம் இன்னமும் அப்படியேதான் இருக்கிறது.'

அவர் சுட்டிக்காட்டிய பாதையில் நடந்தோம். புற்கள் பெரிதாகவே வளர்ந்திருந்தன. வரிசையாக இருந்த கல்லறைகளின் ஊடாக நாங்கள் நடந்து சென்றோம். கொஞ்ச தூரத்தில் எங்களுக்கு வலது புறத்தில் உயரமானதொரு கல்லறை இருந்தது. மூன்றடுக்கு கட்டிடம் ஒன்றின் உயரம் இருக்கும். அது அநேகமாக அறிஞர் வில்லியம் ஜோன்ஸ் என்பவரின் கல்லறையாக இருக்கலாம் என்றார் ஃபெலுடா. கல்கத்தாவில் மிக உயரமான கல்லறை அதுதான். ஒவ்வொரு கல்லறையுமே கறுப்பு அல்லது வெள்ளை பளிங்கு கற்களால் உருவாக்கப்பட்டிருந்தது. இறந்து போனவரின் பிறந்த தேதி, இறந்த தேதி மற்றும் வேறு சில தகவல்களும் அதில் பொறிக்கப்பட்டிருந்தன. ஒரு சில பெரிய கற்களில் அந்த நபரின் முழு வாழ்க்கையுமே சுருக்கமாக விவரிக்கப்பட்டிருந்தன. பெரும்பாலான கல்லறை பட்டயங்கள் தூண்களைப் போல எழுந்திருந்தன. அவற்றின் அடிப்பக்கம் அகலமாகவும் மேலே போகப்போக கூர்மையாகவும் இருந்தன. 'பர்க்கா (கையால் இழுக்கும் விசிறி)வை இழுக்கும் வளையம்போல் தெரிகின்றன.' என்றார் லால்மோகன் பாபு. ஒரு விதத்தில் அவர் சொன்னது சரிதான். என்றாலும் இந்த வளையங்கள் அசையாதவாறு இருந்தன. அவை பாதுகாப்பு வளையங்களாகத்தான் இருந்தன. ஏனென்றால் சவப்பெட்டிக்குள் வைக்கப்பட்டு பூமிக்குள் புதைக்கப்பட்டிருந்தவர்களை பாதுகாத்துக் கொண்டிருந்தன.

'ஆங்கிலத்தில் இந்த தூண்களுக்கு என்ன பெயர் என்று தெரியுமா? ஒவ்வொன்றின் பெயரும் 'ஓப்லிஸ்க்.' என்றார் பெலுடா. லால்மோகன் பாபு அந்த பெயரை குறைந்தது ஐந்து தடவையாவது சொல்லிப் பார்த்துக் கொண்டார். நாங்கள் கடந்து செல்லும்

போதே வழியில் இருந்த பளிங்கு கற்களை மேலோட்டமாக பார்த்து, அவற்றில் எழுதியிருந்த பெயர்களை உரக்க படித்துக் கொண்டு வந்தேன். ஜான்சன், வாட்ஸ், டுவல்ஸ், கிப்பன்ஸ், ஓல்ட்ஹாம்...! சில கற்களில் ஒரே வகையான குடும்பப் பெயர்களும் தென்பட்டன. அநேகமாக அவர்கள் எல்லோரும் சொந்தக்காரர்களாக இருப்பார்கள் போலிருக்கிறது. என் கண்ணுக்கு தென்பட்டதில் மிகவும் பழமையான கல்லறை என்பது 28 ஜூலை 1779 தேதியிட்டிருந்தது. அதாவது பிரெஞ்சு புரட்சி நடப்பதற்கு 12 ஆண்டுகளுக்கு முன்பு.'

பாதையின் கடைப் பகுதியை அடைந்தபோதுதான் அந்தக் கல்லறை எவ்வளவு பெரியது என்பதை நான் உணர்ந்தேன். பார்க் தெருவில் சென்று கொண்டிருந்த போக்குவரத்து ஏற்படுத்திய சத்தம்கூட மிக மிக மெல்லியதாக மாறிப் போயிருந்தது. இந்தக் கல்லறையில் 2000க்கும் மேற்பட்ட சவக் குழிகள் இருக்கின்றன என்று ஃபெலுடா அப்புறம் சொன்னார். கீழ் சுற்றுச் சாலையின் அமைந்திருந்த அடுக்கு மாடி கட்டிடம் ஒன்றை பார்த்தோம். அது கல்லறைக்கு மிகவும் அருகாமையில் இருந்தது. அதை சுட்டிக்காட்டிவிட்டு சொன்னார். யாராவது தனக்கு 1 லட்சம் ரூபாய் கொடுத்தாலும்கூட அந்தப் பகுதியில் தான் வசிக்க மாட்டேன் என்றார் அவர்.

கவிழ்ந்து போன 'மரம்.' என்பது உண்மையில் மிகப்பெரிய மாமரத்திலிருந்து உடைந்து போன மிகப்பெரிய இலைகள் அடர்ந்த 'கிளை' தான். அது தரையில் வந்து விழுந்து கல்லறை ஒன்றின் பெரும்பகுதியை சேதப்படுத்தியிருந்தது. மேலும் பல சிறிய கிளைகளும் ஆங்காங்கே சிதறியிருந்தன.

சேதமடைந்த கல்லறையை நோக்கி நாங்கள் நடந்து சென்றோம்.

அதிலிருந்து மேலே எழுந்த தூண் மற்ற கல்லறைகளைவிட உயரம் குறைந்ததாக, கிட்டத்தட்ட லால்மோகன் பாபுவின் தோள் அளவிற்குத்தான் இருந்தது. மரம் விழுந்து சேதமடைவதற்கு முன்பாகவே அது சிதிலமடைந்துதான் கிடந்தது என்பது நன்றாகவே தெரிந்தது. கீழே விழுந்த மரக் கிளையிலிருந்து தப்பித்திருந்த பகுதியும்கூட பல இடங்களில் வெடிப்பு விழுந்திருந்தது. மேற்பூச்சு பெயர்ந்து போய் உள்ளேயிருந்த செங்கற்களை வெளியே காட்டிக் கொண்டிருந்தது. அதன் பளிங்குக் கல்லின் சில பகுதிகளையும் கூட கீழே விழுந்த மரக்கிளை உடைத்திருந்தது. அவ்வாறு உடைந்து போல பளிங்குத் துண்டுகள் புல்தரையில் சிதறிக் கிடந்தன. சமீபத்தில் பெய்த மழையும் அந்த பகுதியை சேறும் சகதியுமாக ஆக்கியிருந்தன. என்றாலும் கல்லறையில் இருந்த மற்ற பகுதிகளைவிட இந்த இடம் மிக மோசமாக இருந்ததாகவே தோன்றியது. 'இது மிகவும் விசித்திரம்தான்!' என்றார் லால்மோகன் பாபு. 'இந்த பளிங்கு கல்லில் ஒரு பகுதி இன்னமும் முழுதாகத் தான் இருக்கிறது. அதில் 'காட்' என்ற வார்த்தை அப்படியே இருக்கிறது. அதோ பாருங்கள்!'

'அந்த வரிக்குக் கீழே வருடம் எழுதியிருக்கிறது பார்த்தீர்களா?' என்றார் ஃபெலுடா.

'ஆமாம் 185 கடைசி எண் உடைந்து போயிருக்கிறது. அந்த காட் என்பது கடவுளை குறிப்பதாகத்தான் இருக்கும்.'

'அப்படியா நீங்கள் நினைக்கிறீர்கள்? என்ற ஃபெலுடாவின் கேள்வி என்னை ஏறிட்டுப் பார்க்க வைத்தது. அவர் நெற்றியை சுருக்கினார். 'மற்ற கற்களை நீங்கள் கவனமாக பார்க்கவில்லை என்றுதான் நினைக்கிறேன். அதன் பக்கத்தில் இருக்கும் கல்லை பாருங்கள்.'

பக்கத்து கல்லறையில் பெரிய பெயர் பொறித்த பளிங்குக் கல் இருந்தது. அதில்:

கேப்டன் ப்பி.ஓ ரெய்லியின் நினைவாக

எச்.எம்.44வது படைப்பிரிவு

இறப்பு: 25 மே 1823 38 வயது.

'அந்தப் பெயருக்குக் கீழேதான் தேதி இருக்கிறது பார்த்தீர்களா? பெரும்பாலான பெயர் பலகைகள் அவ்வாறுதான் இருக்கின்றன. அதுபோக 'காட்.' என்ற வார்த்தையை வேறு எந்த கல்லறையிலாவது பார்த்தீர்களா?'

ஃபெலுடா சொன்னது சரிதான். ஏற்கனவே நான் 30க்கும் மேற்பட்ட கல்லறைகளின் பெயர் பலகைகளை படித்திருந்தேன். அவற்றில் ஒன்றில்கூட 'காட்' என்று குறிப்பிடவில்லை.

'அதாவது 'காட்' என்பது இறந்து போனவரின் பெயர் என்றா சொல்கிறீர்கள்?' என்று கேட்டார் லால்மோகன்பாபு.

'இல்லை. யாருக்கும் காட் என்று பெயர் இருக்காது என்றுதான் நினைக்கிறேன் ஒரு சில இந்துக்கள்தான் ஈஸ்வர் என்றோ பகவான் என்றோ பெயர் வைத்திருப்பார்கள். அந்த பலகையை நன்றாக உற்றுப் பாருங்கள். அந்த முதலெழுத்துக்கு இடது பக்கத்தில் பெருமளவிற்கு இடம் இருக்கிறது. எனவே அந்த எழுத்திற்கு முன்பாக வேறெந்த எழுத்தும் இல்லை என்று புரிந்து கொள்ளலாம். ஆனால் அந்த காட் என்ற வார்த்தைக்கு அடுத்து என்ன இருந்தது என்று கூற முடியாது. ஏனென்றால் அந்த இடம் உடைந்து போனவரின் குடும்பப் பெயரில் முதல் மூன்று எழுத்துக்கள் அவை என்றுதான் நான் நினைக்கிறேன். அதாவது காட்ஃப்ரே, கொடார்ட் என்று இருக்கலாம்.'

அப்படியானால் சிதறிக் கிடக்கும் துண்டுகளை திரட்டி ஒழுங்குபடுத்திப் பார்த்தால்...

உடைந்து போன கிளைகள், இலைகள் தரையில் விழுந்து கிடந்தன. அந்தப் பகுதியை நோக்கி லால்மோகன் பாபு நடந்தார்.

அவர் அந்த கல்லறையை அடைந்ததுமே திடீரென்று வழுக்கிக் கொண்டு முன்னே சென்றார். அவர் ஏதோ பள்ளத்திற்குள் கால் வைத்தது போலிருந்தது. என்றாலும் அவர் கீழே விழுவதற்கு முன்பாகவே ஃபெலுடா தனது நீளமான கைகளை நீட்டி அவரைப் பிடித்து மீண்டும் நிலைநிறுத்தினார். எனக்கு குழப்பமாக இருந்தது. அந்த இடத்தில் எப்படி குழி வந்தது? ஃபெலுடா சொன்னார்.

மிகவும் விசித்திரமாகத்தான் இருக்கிறது. புயல் காற்றில் ஒரு மாமரத்திலிருந்து கிளை ஒன்று ஒடிந்து விழுந்திருக்கிறது. சரியா? ஆனால் மற்ற இலைகள் இங்கே எப்படி வந்தன? அதுவும் இந்த இலைகள் மாமரத்தின் இலைகள் கூட அல்ல.

கல்லறைக்கு வந்ததற்கே லால் மோகன்பாபு மகிழ்ச்சியாக இல்லை. அதிலும் இப்படி ஒரு சம்பவம். அவர் தூசி தட்டிக் கொண்டவாறே முணுமுணுத்துக் கொண்டார். ஆனாலும் ரொம்ப மோசம்! என்று எங்களுக்கு முதுகைக் காட்டியபடியே தன்னை சமாளித்துக் கொள்ள முயற்சித்துக் கொண்டிருந்தார்.

'தொப்ஷே, இந்த இலைகளையும் சிறிய கிளைகளையும் அகற்றுவதற்கு உதவி செய்! ஜாக்கிரதை! என்ன?' என்றார் பெலுடா.

தரையில் இருந்த பள்ளத்தை கவனத்தில் கொண்டவாறே அந்தப் பகுதியை நாங்கள் சுத்தப்படுத்தினோம். அந்த சவக்குழிக்கு பக்கத்தில் சுமார் 2 அடி ஆழத்திற்கு ஒரு பள்ளம் இருந்தது அப்போதுதான் தென்பட்டது. ஃபெலுடா அதன் காரணத்தை ஊகித்திருப்பார். ஆனால் அந்த பள்ளம் எப்போதுமே அங்கு இருந்ததா? அல்லது யாராவது சமீபத்தில் தோண்டியிருக்கிறார்களா? என்று என்னால் நிச்சயமாகச் சொல்ல முடியவில்லை.

ஃபெலுடா இப்போது தரையில் சிதறிக் கிடந்த பளிங்குத் துண்டுகளின் மீது கவனம் செலுத்தினார். மொத்தம் 12 துண்டுகளை நாங்கள் பொறுக்கி அவற்றை ஒன்றாக வைத்தோம். புல் தரையில் குறுக்கெழுத்து போட்டிக்கு சேர்ப்பது போல் அவற்றை மாற்றி மாற்றி வைத்துப் பார்த்தோம். அதன் இறுதி வடிவம் இப்படித்தான் இருந்தது.

தாமஸ்வின்

நினைவாக

மறைவு: 24 ஏப்ரல் 8 ஏஇடி. 70

'காட்வின்' என்று குரலெழுப்பினார் ஃபெலுடா. அந்த நபரின் பெயர் காட்வின் ஏஇடி என்றால் லத்தீன் மொழியில் வராது. இப்போது... நான் சொல்வது என்னவென்றால்....

லால்மோகன் பாபுவிடமிருந்து திடீரென்று எழுந்த கூச்சலால் எனக்கு தூக்கி வாரிப் போட்டது. நாங்கள் அவரை திரும்பிப் பார்த்தபோது அவர் கறுப்பாக, தட்டையாக சதுரமாக இருந்த ஒரு பொருளை தூக்கிப் பிடித்திருந்தார். "ப்ளூ ஃபாக்ஸ் உணவகத்தில் 37ரூபாயில் 3 பேரின் இரவு உணவை முடித்து விட முடியுமா?"

"என்ன கிடைத்தது உங்களுக்கு?"

ஃபெலுடாவும் நானும் ஒரு விதமான திகைப்புடன் அவரை நெருங்கினோம்.

அவரது இடது கையில் லால்மோகன் பாபு ஒரு கறுப்பு நிற மணி பர்ஸை பிடித்துக் கொண்டிருந்தார். வலது கையில் இரண்டு பத்து ரூபாய், ஒரு ஐந்துரூபாய் ஒரு இரண்டுரூபாய் நோட்டுகள் இருந்தன. அந்த பர்ஸ் நோட்டுக்கள் எல்லாமே ஈரத்தில் ஊறிப் போயிருந்தன. இப்போது லால்மோகன் பாபுவிடம் இருந்த பயம் மறைந்து போய் உற்சாகமிக்கவராக மாறியிருந்தார்.

ஃபெலுடாவிற்கே முக்கியமானதொரு தடயத்தை தான் கண்டெடுத்திருக்கிறோம் என்று அவருக்கு நன்றாகவே தெரிந்திருந்தது.

ஃபெலுடா அந்த மணிபர்ஸை அவரிடமிருந்து வாங்கி அதன் பல்வேறு பகுதிகளிலிருந்த எல்லாவற்றையும் வெளியே எடுத்தார். பல்வேறு விதமான நான்கு பொருட்கள் அதிலிருந்து வெளிப்பட்டன:

(1) விசிட்டிங் கார்டு கற்றை ஒன்று. அவை ஒவ்வொன்றிலும் என். எம் பிஸ்வாஸ் என்று அச்சிடப்பட்டிருந்தது: ஆனால் அதில் முகவரியோ, தொலைபேசி எண்ணோ குறிப்பிடவில்லை. அந்த பத்திரிக்கை செய்தி தவறானது போலிருக்கிறது. நரேந்திர நாத் என்று அவர் பெயரை போட்டிருந்தார்கள். ஆனால் அது நரேந்திர மோகன் என்று இருக்க வேண்டும் என்று குறிப்பிட்டார் ஃபெலுடா.

(2)பழைய செய்தித்தாள்களிலிருந்து இரண்டு செய்தித் துணுக்குகள். ஒன்று பார்க் தெருவில் கல்லறை ஒன்று உருவாக்கப்பட்டுள்ளதைப் பற்றி செய்தியை சொன்னது. மற்றொன்று தற்போது தியாகிகள் நினைவுச் சின்னம் (ஷாஹித்

மினார்) என்றழைக்கப்படும் ஓஷ்டர் லானி நினைவுச் சின்னம் கட்டப்படுவது பற்றிய செய்தியை தெரிவித்தது.

'அப்படியென்றால் இந்த இரண்டு செய்தித் துணுக்குகளுமே 150 அல்லது 200 வருட பழமையானவையாகும். இவ்வளவு புராதன மான செய்தித் தொகுப்பு திரு. பிஸ்வாஸின் கைகளில் எப்படி கிடைத்தது. எனக்கு மிகவும் ஆச்சரியமாக இருக்கிறது' என்றார் ஃபெலுடா.

(3) பார்க் தெருவில் இருக்கும் ஆக்ஸ்ஃபோர்ட் புத்தக நிறுவனத்திலிருந்து தரப்பட்ட பண ரசீது ரூ.12.50 ஏதோ ஒன்றை வாங்கியதற்கான ஆதாரம்.

(4)ஒரு வெள்ளை காகிதத் துண்டுச் சீட்டு. யாரோ அதில் பால்பாயின்ட் பேனாவால் சில வரிகளை எழுதியிருந்தார்கள். அந்த வார்த்தைகளின் அர்த்தமேதும் எனக்குப் புரியவில்லை. அதில் எனக்குப் புரிந்ததெல்லாம் விக்டோரியா என்ற பெயர் மட்டும்தான்.

"ஒரு சில நாட்களுக்கு முன்புதான் தியாகிகள் நினைவுச் சின்னம் பற்றிய ஒரு கட்டுரையைப் படித்தேன். என் நினைவிற்கு எட்டிய வரை, அதை எழுதியவரின் பெயர் பிஸ்வாஸ். ஆமாம் நான் சொல்வது சரிதான். பிஸ்வாஸ்" என்று வியப்புடன் கூறினார் லால்மோகன் பாபு.

அந்த கட்டுரையை எதில் படித்தீர்கள்?

"ஒரு மாத இதழில். லெகானி அல்லது விசித்திர பத்ரா ஆகியவற்றில் ஏதாவது ஒன்றாக இருக்கக் கூடும். நான் வீட்டிற்குத் திரும்பியதும் பார்த்துவிட்டுச் சொல்கிறேன்."

லால்மோகன் பாபுவின் நினைவுத் திறன் அவ்வளவு கூர்மையானதல்ல என்பதால் ஃபெலுடா அதை மேலும் விளக்கமாக கேட்கவில்லை. அந்த வார்த்தைகளை அவரது குறிப்பேட்டில் எழுதிக் கொண்டு அந்த துண்டு காகிதத்தை தனது பாக்கெட்டில் வைத்துக் கொண்டார். பின்பு சேதமடைந்திருந்த அந்த கல்லறையைச் சுற்றியிருந்த தரைப் பகுதியை ஐந்து நிமிடம் நன்றாக சோதித்தார். அப்போது அவருக்கு கிடைத்த இரண்டு பொருட்களும் அவரது பாக்கெட்டிற்கு போய் சேர்ந்தன. அதில் ஒன்று பழுப்பு நிற சட்டை பித்தான், மற்றொன்று ஈரமாகியிருந்த ஒரு சிறு புத்தகம். குதிரைப் பந்தயத்திற்கு செல்வோரின் கைகளில் வழக்கமாக காணப்படும் புத்தகம் அது.

“காவலாளியிடம் சற்று விசாரித்துவிட்டு நாம் வீட்டிற்கு போகலாம். மீண்டும் வானம் கருக்கத் தொடங்கியிருக்கிறது” என்றார் ஃபெலுடா.

“அந்த மணிபர்ஸை திரும்ப கொடுத்து விடுவீர்களா?” என்று கேட்டார் லால்மோகன் பாபு.

“நிச்சயமாக. அவரை எந்த மருத்துவ மனைக்கு எடுத்துச் சென்றார்கள் என்று கண்டுபிடிக்க வேண்டும். பின்பு அவரை சந்திக்க வேண்டும். அநேகமாக நாளைக்கு போகலாம்.”'

‘ஒருவேளை அவர் அதற்குள் இறந்து போயிருந்தால்...?’

‘அப்படியெல்லாம் நினைத்துக் கொண்டு அவருக்கு சொந்தமானதை நாம் கைப்பற்றிக் கொள்ள முடியாது. அது நியாயமானதும் அல்ல. அதுபோக இந்த 37 ரூபாயை வைத்துக் கொண்டு ப்ளூஃபாக்ஸ் உணவகத்தில் டீயும் நொறுக்குத் தீனியும்தான் சாப்பிடலாம். எனவே இரவு உணவைப் பற்றி கனவு காணுவதை நிறுத்திக் கொள்ளுங்கள்.’

நாங்கள் திரும்பி மீண்டும் முன்வாயிலை நோக்கி நடக்கத் துவங்கினோம். வழியெங்கும் வரிசையாக கல்லறைகள். ஃபெலுடா மிகவும் அமைதியாக இருந்தார். ஒரு சார்மினாரை எடுத்து அவர் பற்ற வைத்துக் கொண்டார். சமீப நாட்களில் அவர் புகை பிடித்ததை குறைத்துக் கொண்ட போதிலும், எங்காவது மர்மம் இருப்பதை அவர் உணர்ந்தாரானால், தன்னை அறியாமலேயே சிகரெட்டை எடுக்கத் துவங்கி விடுவார்.

நாங்கள் பாதி தூரம்தான் போயிருப்போம். ஃபெலுடா திடீரென்று நின்றார். ஏனென்று உடனடியாக என்னால் சொல்ல முடியவில்லை. எனவே அவரது கண்கள் போன திசையில் நானும் பார்த்தேன். அங்கு நான் கண்டது என் இதயத் துடிப்பை ஒரு நொடி நிறுத்தியது. எனவே நானும் நடப்பதை நிறுத்தினேன்.

மேற்கூரை அமைந்த ஒரு கல்லறைக்கு முன்னால் புல்தரையில், பழைய செங்கல் ஒன்றின் மேல் ஒரு சிகரெட் இன்னமும் எரிந்து கொண்டிருந்தது. அந்த கல்லறையில் இருந்தவரின் பெயர் ‘செல்வி மார்கரெட் டெம்பிள்டன்’ என்று எழுதியிருந்தது. அந்த சிகரெட்டில் கால் பகுதி மட்டுமே புகைக்கப்பட்டிருந்தது. அதிலிருந்து மெல்லிய புகை வந்து கொண்டிருந்தது. காற்று எதுவும் இல்லை. அநேகமாக எந்த நேரத்திலும் மழை வரக்கூடும். அதனால்தான் அந்த புகை நன்றாகவே கண்ணுக்குத் தென்பட்டது.

ஃபெலுடா அந்த சிகரெட்டை எடுத்துப் பார்த்து விட்டு 'கோல்ட்ஃபிளேக்' என்றார். லால்மோகன் பாபு 'வாருங்கள் வீட்டுக்குப் போகலாம்' என்றார். நான் 'அந்த ஆள் இன்னமும் இங்கேதான் இருக்கிறாரா? என்று பார்த்து விட்டு வரட்டுமா? என்று கேட்டேன்.

'அந்த ஆள் இங்கேயே இருக்க வேண்டும் என்று எண்ணியிருந்தால் கையில் சிகரெட்டை வைத்துக் கொண்டு காத்துக் கொண்டிருப்பார். அல்லது அதை புல்தரையில் போட்டு காலால் நசுக்கி இருந்திருப்பார். இதுபோல கீழே போட்டு விட்டு போயிருந்திருக்க மாட்டார். இல்லை அந்த ஆள் ஓடித்தான் போயிருக்க வேண்டும். இங்கிருந்து நகர்வதற்கு அவர் அவசரப்பட்டிருக்க வேண்டும்.'

பிறகு நாங்கள் மீண்டும் நடையை தொடர்ந்து காவலாளியின் அறைக்கு வந்தோம். அது காலியாக இருந்தது. ஒருசில நிமிடங்களுக்குப் பிறகு அவர் புதர் ஒன்றின் பின்னாலிருந்து வந்து தனது அறையை நோக்கி நடந்து வந்தார். 'இப்போதுதான் ஒரு பெருச்சாளியை ஒழித்துக் கட்டினேன்!'

அப்படியென்றால் பெருச்சாளியை அடக்கம் செய்யத்தான் அவர் புதருக்குப் பின்னால் போயிருக்க வேண்டும். ஃபெலுடா உடனடியாக விஷயத்திற்கு வந்தார்.

'காயம் பட்ட அந்த ஆளை முதலில் யார் பார்த்தது? அதாவது மரம் மேலே விழுந்து காயம்பட்டதே, அந்த நபரை சொல்கிறேன்.' என்று கேட்டார் அவர்.

முதன்முதலில் அந்த மனிதரை தான் பார்த்ததாக காவலாளி ஒப்புக் கொண்டார். மரம் முறிந்து விழுந்த நேரத்தில் உண்மையில் அவர் கல்லறையில் இருக்கவில்லை. அந்த நேரத்தில் காற்றில் அந்தப் பக்கமாக பறந்து போன அவரது சட்டையை பிடிப்பதற்காக அவர் பார்க் தெரு பக்கம் போயிருந்தார். திரும்பி வரும்போதுதான் காயமடைந்த நபரை அவர் பார்த்திருக்கிறார். பார்த்தவுடனேயே அந்த நபரை அவருக்கு அடையாளம் தெரிந்திருக்கிறது. ஏனென்றால் சமீபத்தில் சிலமுறை அவர் கல்லறைக்கு வந்து போயிருக்கிறார்.

'வேறு யாராவது நேற்று கல்லறைக்கு வந்தார்களா?'

'எனக்கு தெரியாது ஐயா. எனது சட்டையை பிடிப்பதற்காக நான் ஓடிப் போனேன். அந்த நேரத்தில் இங்கே யாருமில்லை.'

'என்றாலும் இந்த கல்லறைகளுக்குப் பின்னால் ஒளிந்து கொள்ள முடியும். இல்லையா?'

அதற்கான வாய்ப்பு இருப்பதை காவலாளியும் ஒப்புக் கொண்டார். நானும்கூட கண்ணாமூச்சி விளையாட இந்த இடம் எவ்வளவு பொருத்தமாக இருக்கும் என்று நினைத்துக் கொண்டேன். இந்த நகரத்திலேயே மிகவும் பொருத்தமான இடமாகக் கூட இது இருக்கக் கூடும்!

நரேன் பிஸ்வாஸ் அடிபட்டு விழுந்து கிடப்பதைப் பார்த்ததும் காவலாளி தெருவிற்குச் சென்று அந்தப் பக்கமாக போய்க் கொண்டிருந்த பெரிய மனிதரிடம் சொன்னார். அவர் சொன்ன அடையாளத்திலிருந்து செயின்ட் சேவியர் சர்ச்சிலிருந்த ஒரு பாதிரியார்தான் அவர் என்பது புரிந்தது. அவர்தான் ஒரு டாக்ஸியை அழைத்து பிஸ்வாஸை மருத்துவமனைக்கு அனுப்ப ஏற்பாடு செய்தார்.

'இன்று யாராவது சற்று நேரத்திற்கு முன்னால் இங்கு வந்ததை பார்த்தீர்களா?'

'சற்று நேரத்திற்கு முன்னாலா?'

'ஆமாம்.'

இல்லை. அவர் யாரையும் பார்க்கவில்லை. ஏனென்றால் அவர் முன்வாயிலுக்கு அருகே இல்லை. அந்தப் புதருக்கு பின்னாலிருந்து இறந்து போன பெருச்சாளியை அடக்கம் செய்து கொண்டிருந்தார். அந்த பெருச்சாளியின் கதையை முடித்த பிறகும் கூட உடனடியாக அவரது அறைக்கு திரும்ப முடியவில்லை. இயற்கை உபாதைக்காக அவர் அப்பால் சென்றிருந்தார்.

'இரவு நேரத்தில் இங்கே இருப்பீர்களா?'

'ஆமாம் சார். ஆனால் இரவு நேரத்தில் இந்த இடத்தை பாதுகாக்க வேண்டிய அவசியமே இல்லை. ஏனென்றால் அப்போது இங்கே வருவதற்கே மக்கள் பயப்படுவார்கள். ஒரு நேரத்தில் சுற்றுச் சாலைக்கு அருகேயிருந்த சுவர் உடைந்திருந்தது. ஆனால் இப்போது இரவு நேரத்தில் இந்தக் கல்லறைக்கு வர யாரும் துணிய மாட்டார்கள்.'

'உங்கள் பெயர் என்ன?'

'பரம்தேவ்'

'அப்படியா? இதை வைத்துக் கொள்!'

'நன்றி சார்.'

ஃபெலுடா காவலாளியின் கையில் ஒரு இரண்டு ரூபாய் நோட்டை திணித்தார். இந்த சாதாரண செயலே பின்பு மிகவும் பயனளிப்பதாக அமைந்தது.

மூன்று

'காட்வின்?... தாமஸ் காட்வின்?'

சித்து சித்தப்பாவின் நெற்றியில் சுருக்கம் விழுந்தது.

சித்து சித்தப்பாவை நான் நடமாடும் பல்கலைக் கழகம் என்றுதான் கூறுவேன். ஃபெலுடா அவரை கற்பூர புத்திக்காரர் என்பார். இந்த இரண்டு உதாரணங்களுமே அவருக்கு பொருத்தமானவைதான். அவர் படிக்கிற, பார்க்கிற, ஏன் கேட்கிற எதையும் அது அவருக்கு விருப்பமானதாக இருக்கும் பட்சத்தில் மறப்பதே இல்லை. அவ்வப்போது அவரின் ஆலோசனையை பெறவேண்டிய கட்டாயமும் ஃபெலுடாவிற்கு ஏற்படுவதுண்டு. இன்றைக்கும் அதைத்தான் அவர் செய்து கொண்டிருந்தார்.

ஒவ்வொரு நாளும் அதிகாலையில் சித்து சித்தப்பா ஏரியை நோக்கி நடக்கப் போவது வழக்கம். பொதுவாக அவர் சில மைல் தூரம் நடந்து விட்டு காலை ஆறரை மணி அளவில் வீட்டிற்குத் திரும்புவார். நடக்கப் போவதை மட்டும் அவர் விடுவதே யில்லை. மழை பெய்யும் நாட்களிலும் கூட. அப்போதெல்லாம் ஒரு குடையை பிடித்துக் கொண்டு நடக்கக் கிளம்பி விடுவார். வீட்டிற்கு திரும்பி வந்ததும் அவரது சாய்வு மெத்தையில்தான் நாள் பூராவும் அமர்ந்திருப்பார். குளிக்கவும் சாப்பிடவும் மட்டும்தான் அந்த இடத்தை விட்டு அவர் எழுந்திருப்பார். அவருக்கு முன்னால் ஒரு மேஜை உண்டு. அதன் மேல் புத்தகங்களும், இதழ்களும் தினசரி பத்திரிக்கைகளுமாக நிரம்பி வழியும். சித்து சித்தப்பாவிற்கு எப்போதுமே எழுதும் பழக்கம் கிடையாது. கடிதங்களோ, கணக்கு வழக்குகளோ, ஏன் சலவைக்கு போடுகிற துணிமணிகளைகூட அவர் எழுதி வைப்பது கிடையாது. அவர் செய்வதெல்லாம் படிப்பது மட்டும்தான். அவரது வீட்டில்

டெலிபோன் கூட கிடையாது. எங்களை எதற்காகவாவது தொடர்பு கொள்ள வேண்டுமென்றால் அவரது வேலைக்காரன் ஜனார்த்தன் மூலமாக தகவல் அனுப்புவார். பத்தே நிமிடங்களில் எங்களுக்கு தகவல் வந்து சேர்ந்து விடும்.

சித்து சித்தப்பா திருமணமே செய்து கொள்ளவில்லை. மனைவிக்கு பதிலாக புத்தகங்களுடன்தான் அவர் வாழ்க்கை நடத்தி வந்தார். 'எனது மனைவி, எனது குழந்தை, எனது அம்மா, அப்பா, அண்ணா, தம்பி, தங்கை, டாக்டர், ஆசிரியர்... வாழ்க்கையில் நீங்கள் நினைக்கும் எல்லாமே இங்கே, இந்த புத்தகங்களில்தான் எனது குடும்பம் எனது நண்பர்கள்!' என்று அவர் குறிப்பிடுவதுண்டு. பழைய கல்கத்தா பற்றி ஃபெலுடாவிற்கு ஆர்வம் ஏற்பட்டதற்கு அவரும் ஒரு காரணம். ஆனால் சித்து சித்தப்பாவிற்கோ இந்த நகரம் மட்டுமல்ல; உலகம் முழுவதன் வரலாறும் தெரிந்திருந்தது.

அவர் தனது டீ கஷாயத்தை உறிஞ்சியவாறே மீண்டும் 'காட்வின்' என்ற வார்த்தையை உச்சரித்தார். பின்பு அவர் சொன்னார். 'இந்த பெயரை சொல்லும்போதெல்லாம் எனக்கு ஷெல்லியின் மாமனார்தான் நினைவிற்கு வருகிறது. என்றாலும் இந்தியாவிற்கு வந்த ஒரு காட்வின் பற்றி எனக்கு நினைவிற்கு வருகிறது. இந்த காட்வின் எப்போது இறந்தார்?'

'1858.'

'எப்போது பிறந்தார்?'

'1788.'

'அப்படியென்றால் நான் நினைக்கும் காட்வின் ஆகத்தான் இவர் இருப்பார். 1858லோ அல்லது 1859 ஆகக் கூட இருக்கலாம். கல்கத்தா ரிவ்யூ இதழில் ஒரு கட்டுரை வெளியானது. தாமஸ் காட்வினின் பெண்தான் அதை எழுதியிருந்தார். அவளது பெயர் ஷெர்லி. இல்லையில்லை சார்லெட். ஆமாம் அதுதான் சரி. அவள் தனது தந்தையைப் பற்றி எழுதியிருந்தாள். இவை எல்லாமே இப்போது என் நினைவிற்கு வருகிறது. என் வார்த்தையை நன்றாக நினைவில் வைத்துக் கொள் என் அன்பான ஃபெலு! அது ஒரு மிகவும் விசித்திரமான கதை. வயதான காலத்தில் அவருக்கு என்ன ஆயிற்று என்பதைப் பற்றி சார்லெட் எதுவும் குறிப்பிடவில்லை. ஆனால் அவர் இந்தியாவிற்கு முதன்முதலில் வந்திறங்கியதும் என்ன செய்தார் என்பது ஒரு நாவலைப் போன்றுதான் இருக்கும். நீ லக்னோவிற்கு போயிருக்கிறாய் அல்லவா?'

ஃபெலுடா தலையை ஆட்டினார். இதே லக்னோவில்தான் பேரரசர் ஔரங்கசீபிற்கு சொந்தமான ஒரு மோதிரம் திருடப்பட்ட மர்மத்தை அவர் கண்டுபிடித்தார். அந்த வழக்குதான் அவர் மிகச் சிறந்த துப்பறியும் நிபுணர் என்பதை நிலைநாட்டியது.

“அப்படி என்றால் உனக்கு சதத் அலி பற்றி தெரிந்திருக்கும். இல்லையா?” என்று கேட்டார் சித்து சித்தப்பா.

“ஆமாம்.”

அந்த நேரத்தில் சதத் அலி லக்னோவின் நவாப் ஆக இருந்தார். தில்லியில் சுல்தான்களின் ஆட்சி கிட்டத்தட்ட முடிந்து போன கதையாகவே இருந்தது. அரச வாழ்க்கையின் ஆடம்பரங்களை எல்லாம் லக்னோவில்தான் பார்க்க முடியும். சதத் அலி தனது இளமைக் காலத்தில் கல்கத்தாவில் இருந்திருக்கிறார். அவருக்கு ஒரு சில ஆங்கிலேயர்களுடன் பரிச்சயமும் இருந்ததால் அவர்களது மொழியையும் ஓரளவிற்கு கற்றுக் கொண்டதோடு, அவர்களது நடை உடை பாவனைகளையும் பெருமளவிற்கு பின்பற்றவும் செய்தார். லக்னோ நவாப் ஆன அசாஃப் உத் தௌலா இறந்தபோது வாஸிர் அலி லக்னோவின் நவாப் ஆக ஆனார். அப்போது சதாக் பெனாரஸில் வருத்தத்துடன் காலத்தைக் கழித்து வந்தார். அசாப் இறந்த பிறகு தான் லக்னோவில் பட்டத்திற்கு வருவோம் என்று அவர் நம்பிக்கை கொண்டிருந்தார். வாஸிர் அலி எதற்கும் பயனற்ற ஒருவராகத்தான் இருந்தார். பிரிட்டிஷ்காரர்களுக்கு அவரை சுத்தமாகப் பிடிக்கவில்லை. எனவே நான்கே மாதங்களில் அவர்கள் வாஸிர் அலியின் ஆட்சிக்கு முற்றுப்புள்ளி வைத்தார்கள். அந்த நேரத்தில் கிழக்கிந்திய கம்பெனிக்கு லக்னோவில் பெரும் செல்வாக்கு இருந்தது என்பதை மறந்து விடாதே. ஒவ்வொரு நவாபுமே அவர்கள் சொற்படிதான் நடக்க வேண்டியிருந்தது. எனவே அவர்கள் வாஸீரை அகற்றிய பிறகு, சதாத் அலியை கொண்டு வந்து புதிய நவாப் ஆக ஆக்கினார்கள். பிரிட்டிஷ்காரர்கள் மீது மிகுந்த மகிழ்ச்சியடைந்த சதாத் அவர்களுக்கு அவாத் பகுதியில் பாதியை பரிசாக அளித்தார்.

‘லக்னோவின் தெருக்களில் பிரிட்டிஷ்காரர்களும் இதர ஐரோப்பிய நாட்டவர்களும் நிரம்பியிருந்தனர். நவாப் தனது ராணுவத்திலும் கூட ஆங்கிலேய, டச்சு அதிகாரிகளை வைத்துக் கொண்டிருந்தார். அவர்கள் போக ஐரோப்பிய வியாபாரிகள், ஐரோப்பிய டாக்டர்கள், ஓவியர்கள், முடிதிருத்துவோர், ஏன்

பள்ளி ஆசிரியர்களும் கூட அப்போது லக்னோவில் இருந்தனர். என்றாலும் குறிப்பிட்ட எந்த வேலையும் செய்யாத ஒரு சிலரும் அங்கே இருந்தனர். அவர்களின் ஒரே நோக்கம் பணம் சம்பாதிப்பதுதான். அவர்கள் நவாப் ஐ குஷிப்படுத்தி அவரிடமிருந்து எப்படியாவது பணத்தை கறந்து கொண்டிருந்தார்கள். இத்தகையவர்களில் ஒருவர்தான் தாமஸ் காட்வின். இங்கிலாந்திலிருந்து வந்த இளைஞர் அவர். அவரது சொந்த ஊர் சச்செக்ஸ் அல்லது சஃபோல்க் அல்லது சர்ரேவாக இருக்கும் என்று நினைக்கிறேன். எனக்கு சரியாக நினைவில் இல்லை. எப்படியிருந்தாலும் நவாப்பின் செல்வச் செழிப்பைப் பற்றி கேள்விப்பட்டு அவர் லக்னோவிற்கு வந்து சேர்ந்தார். பார்ப்பதற்கு அழகானவராகவும் நன்கு பேசத் தெரிந்தவராகவும் அவர் இருந்தார். அங்கே பிரிட்டிஷ் அரசின் பிரதிநிதியாக இருந்த திரு.செர்ரியை குஷிப்படுத்துவதற்கு அவருக்கு நீண்ட நாள் ஆகவில்லை. செர்ரி அவருக்கு ஓர் அறிமுகக் கடிதம் கொடுத்தார். காட்வின் அக்கடிதத்துடன் நவாப் சதாத் அலியின் தர்பாருக்கு போய் சேர்ந்தார். சதாத் அலி அவரிடம் என்ன சிறப்புத் திறன் உள்ளது? என்று கேட்டார். நவாபிற்கு ஐரோப்பிய உணவின் மீது மோகம் உண்டு என்று தாமஸ் கேள்விப்பட்டிருந்தார். அவரும் கூட நன்றாகவே சமைப்பார். எனவே நவாபின் கேள்விக்கு பதிலாக தாம் தலைமை சமையல்காரர் என்றும் நவாபிற்கு ஒரு முறையாவது உணவு தயாரிக்க விரும்புவதாகவும் கூறினார். 'அப்படியே தயார் செய்!' என்றார் சதாத் அலி. தாமஸ் மிகச் சிறந்த உணவை தயாரித்து வழங்கியதும் சதாத் அலி அதை பாராட்டி அவரை அரசரின் சமையலறையில் ஒரு சமையல்காரராக நியமித்தார். நவாப் எங்கு போனாலும் அவரது பரிவாரங்களுடன் ஒரு முஸ்லீம் சமையல்காரரும், தாமஸ் காட்வினும் இருப்பது வழக்கமானது."

'கவர்னர் ஜெனரல் லக்னோவிற்கு வரும்போது சதாத் அவரை காலை சிற்றுண்டி உண்ண வரவேற்பார். கவர்னர் ஜெனரல் மகிழ்ச்சியடைந்தால் தனக்கு அதனால் லாபம் என்பது அவருக்கு நன்றாகவே தெரியும். இதில் அவர் பெரும்பாலும் காட்வினையே நம்ப வேண்டியிருந்தது. புதிய சமையல் எதையாவது செய்து தாமஸால் நவாபை குஷிப்படுத்த முடிந்தால், அதற்கு நல்ல பலனும் கைமேல் கிடைக்கும். ஏதோ ஒன்றிரண்டு தங்கக் காசுகள் அல்ல; நாம் இங்கே லக்னோவின் நவாபை பற்றி பேசிக் கொண்டிருக்கிறோம். அவரது அந்தஸதிற்கு ஏற்ற மாதிரியே

அவரது தாராள குணமும் இருந்தது. எனவே தாமஸ் காட்வின் எவ்வளவு பணம் சம்பாதித்திருப்பார் என்று நீயே ஊகித்து கொள்ளலாம். நல்ல பணம் கிடைக்காமல் இருந்திருந்தால் அவர் சமையல் கட்டில் வெந்து கொண்டு இருந்திருக்க மாட்டார். அவர் அத்தகைய மனிதரும் அல்ல.'

'இறுதியில் நவாபின் பிடியிலிருந்து விடுபட்டு லக்னோவை விட்டு வெளியேறினார் தாமஸ். அவர் கல்கத்தாவிற்கு வந்து ஜேன் மடாக் என்ற பெண்ணை திருமணம் செய்து கொண்டார். அந்தப் பெண் ராணுவ கேப்டன் ஒருவரின் மகள். மூன்று மாதங்களுக்குள்ளேயே கல்கத்தாவின் மையப் பகுதியான சௌரங்கியில் ஒரு உணவகத்தையும் அவர் துவக்கினார். அந்த வியாபாரமும் நன்றாகத்தான் போய் கொண்டிருந்தது. அதன் பிறகு நடக்க வேண்டியெதெல்லாம் நடந்தது. என்ன இருந்தாலும் வாழ்க்கை என்பது மகிழ்ச்சி மட்டுமே நிரம்பியதாக இருப்பதில்லை அல்லவா?'

'காட்வினுக்கு சூதாட்டத்தில் தனி ஈடுபாடு உண்டு. அவர் லக்னோவில் இருந்தபோது சேவல் சண்டை, ஏன் கிளிச் சண்டையில்கூட சூதாடுவார். அதில் நிறைய பணம் கிடைத்தது போலவே நிறைய பணத்தையும் அவர் இழந்தார். இப்போது கல்கத்தாவிலும் இதே பழக்கம் அவரை தொடர்ந்தது... என்றாலும் அவரது மகள் இதற்கு மேல் விரிவாக அந்த கட்டுரையில் எதுவும் சொல்லவில்லை. எனது நினைவிற்கு எட்டிய வரையில், அவர் இறந்த ஒரு சில மாதங்களில்தான் இந்த கட்டுரை வெளியானது. எனவே சார்லெட் காட்வின் தனது தந்தையின் பலவீனங்களைப் பற்றி விரிவாக எழுத இயலவில்லை. குறிப்பாக அந்த நேரத்தையும் அந்த காலத்தையும் பார்க்கும்போது அது இயலாத ஒன்றும் கூட. எப்படியிருந்தாலும் அந்தக் கட்டுரையை நீ படிக்க விரும்பினால் ஆசிய கழகத்தில் அதை பார்க்கலாம். அதில் மேலும் பல விவரங்களை நீ தெரிந்து கொள்ளலாம்."

இந்த கவர்ச்சிகரமான கதையை கேட்டபிறகு நானும் பெலுடாவும் சில நொடிப் பொழுதுகள் அமைதியாக இருந்தோம். சித்து சித்தப்பாதான் அந்த அமைதியை குலைத்தார்.

"தாமஸ் காட்வின் பற்றி உனக்கு திடீரென்று ஆர்வம் வந்தது எப்படி?" என்று கேட்டார் அவர்.

"நான் அப்புறம் சொல்கிறேன். அதற்கு முன்பாக மற்றொரு விஷயம் பற்றி உங்களிடம் கேட்க வேண்டும். பழைய கல்கத்தா

பற்றி கட்டுரை எழுதுவாரே நரேந்திர பிஸ்வாஸ் என்று ஒருவர்? அவரைப் பற்றி கேள்விப் பட்டிருக்கிறீர்களா?”

‘எதில் எழுதுவார்?’

‘எனக்குத் தெரியாது!’

‘அதிகமாக பிரபலமாகாத இதழ்களில் அவர் எழுதினால் நான் அவரது கட்டுரைகளை பார்த்திருக்க மாட்டேன் என்றுதான் நினைக்கிறேன். நான் வழக்கமாகப் படிக்கும் இதழ்களை தவிர மற்ற இதழ்களை படிப்பதையே நான் நிறுத்தி விட்டேன். ஏன் கேட்கிறாய்?’

ஃபெலுடா உடனடியாக முந்தைய நாள் நடந்த சம்பவங்களை அவருக்கு விளக்கினார். “நான் தெரிந்து கொள்ள விரும்புவதெல்லாம் முறிந்து விழுந்த மரம் அவரை காயப்படுத்தியது என்றால், அவரது மணி பர்ஸ் மட்டும் எப்படி குறைந்தது 20 அடி தூரம் தள்ளிப் போய் விழுந்தது? என்ற கேள்விக்கான விடையைத்தான். ” என்றார் ஃபெலுடா.

‘உம்ம்...’

சித்து சித்தப்பா சற்று நேரம் யோசனையில் ஆழ்ந்தார். பின்பு அவர் சொன்னார். நேற்று அடித்த சூறாவளி காற்றின் வேகம் மணிக்கு 90 மைல் ஆக இருந்தது. அந்த பர்ஸ் அவரது சட்டையின் மேல் பாக்கெட்டில் இருந்திருந்தால் அந்த மனிதர் ஓடத் துவங்கியதும் அது கீழே விழுந்திருக்கக் கூடும். காற்று அதை இன்னும் கொஞ்ச தூரத்திற்கு எடுத்துச் சென்றிருக்கவும் வாய்ப்புண்டு. அவர் ஓடும்போதே கூட அந்த மரம் அவர் மீது விழுந்திருக்கவும் வாய்ப்பு உண்டு. அப்படியிருக்கும்போது இதில் என்ன மர்மம் அடங்கியிருக்கிறது என்று நினைக்கிறாய்?”

“அந்த நபர் காட்வினின் கல்லறைக்கு பக்கத்திலேயே விழுந்து கிடந்தார்.”

“அதனால் என்ன?”

“அந்த கல்லறைக்குப் பக்கத்திலேயே ஒரு பள்ளம் இருந்தது. யாரோ பூமியை தோண்டியது போல இருந்தது.’

இந்த முறை சித்து சித்தப்பாவின் விழிகள் வியப்பால் விரிந்தன. ‘என்ன கல்லறையை தோண்டியிருந்தார்களா? அது உண்மையிலேயே மிக மோசமானதொரு செய்திதான். இன்னும் சொல்லப்போனால் நம்ப முடியாத ஒன்றும்கூட. புதிய பிணங்களை தோண்டி எடுத்து மருத்துவ கல்லூரிகளுக்கு

விற்கப்படுகிறது என்று நான் கேள்விப்பட்டிருக்கிறேன். அதில் கொஞ்சம் பணமும் கிடைக்கும். ஆனால் 200 வருடப் பழைய பிணத்தை வைத்துக் கொண்டு யார் என்ன செய்ய முடியும்? அவர்களுக்கு ஒருசில எலும்புகள் வேண்டுமானால் கிடைக்கலாம். அதில் அகழ்வாராய்ச்சிக்கான முக்கியத்துவமும் இருக்காது. திரும்ப விற்பதற்கான விலையும் கிடைக்காது. அந்த இடத்தை சமீபத்தில் தோண்டியிருக்கிறார்கள் என்று நிச்சயமாக உனக்குத் தெரியுமா?'

'இல்லை. நிச்சயமாக கூற முடியாது மண்வெட்டி எடுத்த அடையாளத்தைக் கூட மழை அழித்து விட்டிருந்தது. இருந்தாலும் கூட....'

சித்து சித்தப்பா மீண்டும் மௌனத்தில் ஆழ்ந்தார். என்றாலும் இறுதியில் அவர் தலையை ஆட்டியபடியே சொன்னார். 'இல்லை ஃபெலு. நீ நேரத்தை வீணடித்துக் கொண்டிருக்கிறாய் என்றுதான் நினைக்கிறேன். இப்போது உனக்கு வேலை எதுவும் இல்லை என்பதால்தான் இந்த வேலையை நீயே உருவாக்கிக் கொள்கிறாயா? என்ன?"

ஃபெலுடா அவரது புகழ்பெற்ற புன்சிரிப்பை உதடுகளை வளைத்து வெளிப்படுத்தினார். என்றாலும் அவர் எதுவும் பேசவில்லை. சித்து சித்தப்பா மேலும் சொன்னார். 'காட்வின் குடும்பத்தைச் சேர்ந்த யாராவது இன்னமும் இங்கே இருந்தார்கள் என்றால் அவர்கள் இதைப் பற்றி ஏதாவது விளக்கம் கொடுக்க முடியும். என்றாலும் அப்படி யாரையும் உன்னால் கண்டுபிடிக்க முடியாது என்றுதான் நினைக்கிறேன். என்ன இருந்தாலும் எல்லா ஆங்கிலேய குடும்பங்களுமே பார்வெல் அல்லது டெய்லர் குடும்பங்களைப் போல இருக்க முடியாது. ஏனென்றால் ராபர்ட் கிளைவ் காலத்திலிருந்து மிகச் சமீப காலம் வரையில் அவர்களது சந்ததியினர் மட்டும்தான் தொடர்ந்து இந்தியாவிலேயே தங்கியிருந்தார்கள்."

சரியாக இந்த நேரத்தில்தான் ஃபெலுடா தனது துருப்புச் சீட்டை எடுத்துப் போட்டார்.

"தாமஸ் காட்வின் இறந்த பிறகு அடுத்த மூன்று தலைமுறையினர் இங்கேதான் இருந்து வந்தனர். அது எனக்கு நிச்சயமாகத் தெரியும்."

உண்மையாகவா? சித்து சித்தப்பா மிகவும் வியப்படைந்தவராகத் தோன்றினார். உண்மையைச் சொல்ல வேண்டுமென்றால் சித்து

சித்தப்பாவை பார்க்கப் போவதற்கு முன்னால் கீழ் சுற்றுச் சாலையில் இருந்த மற்றொரு கல்லறையில் ஒன்றரை மணி நேரத்தை செலவழித்து விட்டுத்தான் நாங்கள் வந்திருந்தோம். பார்க் தெருவில் இருந்த கல்லறைக்குப் பிறகுதான் அது கட்டப்பட்டிருந்தது. இன்னமும் அதை பயன்படுத்திக் கொண்டுதான் வந்தார்கள்.

'கார்லெட் காட்வினின் கல்லறையையும் நாங்கள் பார்த்தோம். அவரது 67 வயதில் 1886ஆம் ஆண்டில் இறந்திருக்கிறார்.'

'அவரது பெயர் காட்வின் என்றா எழுதியிருந்தது.? அப்படி என்றால் அவர் திருமணம் ஆகாமலே இருந்திருக்கலாம். நல்ல எழுத்தாளர்தான் அவர்!'

'கார்லெட்டின் கல்லறைக்கு பக்கத்திலேயே அவரது சகோதரர் டேவிட்டின் கல்லறை இருந்தது. அவர் 1874இல் இறந்திருக்கிறார், ஃபெலுடா தனது குறிப்பேட்டினை வெளியே எடுத்து வரிசையாக பெயர்களை படிக்கத் துவங்கினார். 'அவர் கிதர்பூரில் இருந்த கிட் அண்ட் கோ வில் தலைமை உதவியாளராக இருந்திருக்கிறார். அவரது கல்லறைக்கு பக்கத்தில்தான் அவரது மகன் லெப்டினென்ட் காலனெல் ஆண்ட்ரூ காட்வின், அவரது மனைவி எம்மா ஆகியோரின் உடல்களும் அடக்கம் செய்யப்பட்டிருந்தன. ஆண்ட்ரூ 1882இல் இறந்திருக்கிறார். அவர்களுக்கு பக்கத்திலேயே அவரது மகன் சார்லஸ் புதைக்கப்பட்டிருக்கிறார். அவர் ஒரு டாக்டரும்கூட 1920ஆம் ஆண்டில் இறந்திருக்கிறார்.'

'சபாஷ்! சபாஷ் உன்னுடைய கூர்மையான ஆராய்ச்சிக்கும் விடாப்பிடியான பொறுமைக்கும் முழு மார்க்தான் கொடுக் வேண்டும். அவர்களது குடும்பத்தில் யாராவது இன்னமும் கல்கத்தாவில் வசிக்கிறார்களா? என்பதைத்தான் பார்க்க வேண்டும். டெலிபோன் டைரக்டரியில் காட்வின் என்ற பெயரில் யாருடையதாவது இருந்ததா?' இப்போது சித்து சித்தப்பா மிகுந்த மகிழ்ச்சி அடைந்திருந்தார் என்பது நன்றாகவே தெரிந்தது.

'ஒரே ஒரு பெயர்தான் இருந்தது. அந்த எண்ணுக்கு போனும் செய்தேன். அந்த காட்வினுக்கும் தாமஸ் காட்வினுக்கும் எந்த சம்பந்தமும் இல்லை.'

'இன்னும் கொஞ்சம் நீ இதை ஆழ்ந்து பார்க்க வேண்டியிருக்கும். ஏதாவது ஒரு தொடர்பு கிடைக்கவும் கூடும். யார் கண்டது? நீ இதை எப்படி கண்டுபிடிக்கப் போகிறாய் என்பது பற்றி எனக்கு எதுவும் தெரியாது என்பதை மட்டும் நன்றாக நினைவில்

வைத்துக் கொள். அப்படி உன்னால் கண்டுபிடிக்க முடிந்தால் தாமஸ் காட்வின் என்ற இந்த வித்தியாசமான மனிதரைப் பற்றி மேலும் பல தகவல்களை உன்னால் தெரிந்து கொள்ள முடியும். கல்லறையை தோண்டியது என்பதெல்லாம். வெறும் வெற்று வேலை என்றுதான் எனக்குத் தோன்றுகிறது. எப்படியிருந்தாலும் சரி. உன் முயற்சியில் வெற்றி பெற வாழ்த்துக்கள்.'

நான்கு

நாங்கள் வீட்டிற்குத் திரும்பி வந்து அன்று மதியம் வரையில் பொறுமையாகத்தான் காத்திருந்தேன். அதன்பிறகு எனது பொறுமையையும் மீறிய வகையில் ஃபெலுடாவிடம் என்னால் கேட்காமல் இருக்க முடியவில்லை. "நரேன் பிஸ்வாஸின் மணிபர்ஸில் ஒரு துண்டுச் சீட்டு இருந்ததே. அதில் என்ன எழுதியிருந்தது?"

ஃபெலுடா கொஞ்சம் விசாரித்து திரு.பிஸ்வாஸ் பார்க் மருத்துவமனையில் சேர்க்கப்பட்டிருக்கிறார் என்ற தகவலை தெரிந்து கொண்டிருந்தார். அன்று மாலை அங்கே சென்று அவரது பொருட்களை பிஸ்வாஸிடம் ஒப்படைத்து விடுவது என்று அவர் தீர்மானித்திருந்தார்.

எனது கேள்வியைக் கேட்டதும் ஃபெலுடா அவரது குறிப்பேட்டை திறந்து என்னிடம் நீட்டினார். 'இதில் உள்ளதை உன்னால் புரிந்து கொள்ள முடிந்தது என்றால், நிச்சயமாக உனக்கு நோபல் பரிசு கிடைக்கும்! என்றார் அவர்.

அவரது குறிப்பேட்டின் கோடிட்ட பக்கம் ஒன்றில் கீழ்கண்ட வார்த்தைகள இருந்தன.

பி.எஸ் 141 எஸ்.என்.பி விக்டோரியா & பிசி (44?)

விக்டோரியாவின் கடிதங்கள் பற்றி முயற்சிக்கவும் எம் என், ஓயு, ஜி ஏயு, எஸ் ஜே, டபிள்யூ என்.

எனக்குள்ளேயே 'நோபல் பரிசு கிடைத்த மாதிரிதான்! என்று சொல்லிக் கொண்டு சத்தமாக சொன்னேன். 'அந்த ஆளுக்கு விக்டோரியா மகாராணியைப் பற்றிய விஷயங்களில் ஆர்வமிருக்கிறது என்று தெரிகிறது. என்றாலும் பி.சி என்ற வார்த்தைக்கு என்ன பொருள் என்று எனக்குத் தெரியவில்லை.'

'பி.சி என்பது பிரின்ஸ் கன்சார்ட் என்பதைக் குறிக்கும். இது இளவரசர் ஆல்பர்ட்டை குறிக்கிறது.'

'அப்படியா? எனக்கு வேறெதுவும் தெரியவில்லை.'

'இல்லையா? முயற்சிக்கவும் என்பதற்கெல்லாம் உனக்கு அர்த்தம் நிச்சயமாகத் தெரிந்திருக்க வேண்டுமே!'

இந்த வார்த்தைகளை புரிந்து கொள்வதில் ஃபெலுடாவிற்கும் வெற்றி கிடைக்கவில்லை என்பது நன்றாகவே தெரிந்தது. உண்மையைச் சொல்ல வேண்டுமானால், சித்து சித்தப்பா சொன்னது நியாயமானதாகத்தான் எனக்குத் தோன்றியது. என்றாலும் அதைப் பற்றி நினைத்தபோதே, பாதி பிடிக்காமல் போட்டு விட்டுப் போன சிகரெட் என் நினைவிற்கு வந்தது. திடீரென்று எனக்கு வயிறு பிசையும் உணர்வும் ஏற்பட்டது. எங்களைப் பார்த்ததுமே அந்த கல்லறையை விட்டு ஓடியது யார்? எப்படியிருந்தாலும் அந்த ஈரமான, காற்று வேகமாக வீசிக் கொண்டிருந்த அந்த நாளில் அந்த நபர் அங்கே என்ன செய்து கொண்டிருந்தார்?

லால்மோகன் பாபு நான்கு மணிக்கு வந்து எங்களை பார்க் மருத்துவ மனைக்கு அழைத்துச் செல்வது என்று ஏற்கனவே ஒப்புக் கொள்ளப்பட்டிருந்தது. அவரும் சரியான நேரத்திற்கு கையில் ஓர் இதழுடன் வந்து சேர்ந்தார். 'நான் உங்களிடம் என்ன சொன்னேன்? இதோ விசித்ர பத்ரா இதழின் பிரதி. நரேன் பிஸ்வாஸின் கட்டுரையும் இதில் இருக்கிறது. தியாகிகள் நினைவுச் சின்னத்தின் போட்டோவும் அதில் இருக்கிறது. என்றாலும் மிக மோசமான அச்சு!' என்றார் அவர்.

'இதோ பாருங்கள். இந்த எழுத்தாளரின் பெயர் நரேந்திரநாத் பிஸ்வாஸ் என்று போட்டிருக்கிறது. நரேந்திர மோகன் என்றல்ல. அப்படியென்றால் அது வேறு நபரா?'

இல்லை என்றார் ஃபெலுடா. 'அந்த விசிட்டிங் கார்டில்தான் பிரச்சனை. ஏதோ உப்பு பெறாத அச்சகத்தில் அச்சடிக்கக் கொடுத்திருந்தார் போலும். அதுதான் அவர்கள் என்.என் என்பதற்கு பதிலாக என்.எம் என்று அச்சடித்திருக்கிறார். அவர் பிழை திருத்தியிருக்கவும் மாட்டார். செய்தித் துணுக்குகளை அவரது பர்ஸில் பார்த்தோம். இதோ கட்டுரையும் வந்திருக்கிறது. எனவே இதை நிச்சயமாக தற்செயலாக நடந்த ஒன்று என ஒதுக்கிவிட முடியாதுதானே?'

ஃபெலுடா அந்த கட்டுரையை மேலோட்டமாக பார்த்து விட்டு டேபிளின் மேல் போட்டார். 'அவரது நடை ஒன்றும்

மோசமாக இல்லை. இருந்தாலும் அவர் புதிதாக ஒன்றையும் சொல்லிவிடவில்லை. நாம் கண்டுபிடிக்க வேண்டியதெல்லாம் அந்த மரத்தில் அடிபட்ட நபரும் இவரும் ஒரே நரேன் பிஸ்வாஸ்தானா? என்பதைத்தான்.'

பார்க் மருத்துவ மனையில் இருந்த டாக்டர் சித்தார் என்பவரை எனது அப்பாவிற்கு நன்றாகத் தெரியும். அவரும் ஒருசில முறை எங்கள் வீட்டிற்கும் வந்திருக்கிறார். எனவே ஃபெலுடாவையும் அவருக்குத் தெரியும். ஃபெலுடா அவரது விசிட்டிங் கார்டை உள்ளே கொடுத்தனுப்பிய ஐந்து நிமிடங்களுக்குள்ளேயே டாக்டர் சித்தாரின் அலுவலகத்திற்குள் நாங்கள் அனுமதிக்கப்பட்டோம்.

'என்ன இங்கே வந்திருக்கிறாய்? புதிதாக ஏதாவது வழக்கா?'

ஃபெலுடாவை அறிந்தவர்கள் எல்லோருமே அவர் சொல்லாமல் கொள்ளாமல் வந்து நின்றாலே இந்தக் கேள்வியைத்தான் அவரிடம் கேட்பார்கள். அது எந்த வழக்கிற்கும் சம்பந்தமானதாக இல்லாவிட்டாலும்கூட அப்படித்தான்.

ஃபெலுடா புன்னகைத்தார். 'உங்களிடம் சிகிச்சை பெறும் ஒருவரிடம் பொருள் ஒன்றை திருப்பித் தருவதற்குத்தான் நான் வந்தேன்'

'யார்?

திரு.பிஸ்வாஸ். நரேன் பிஸ்வாஸ். நேற்று முன்தினம்...'

'ஆனால் அவர் போய்விட்டாரே! ஒருசில மணி நேரங்களுக்கு முன்புதான் கிளம்பிப் போனார். அவரது தம்பி தனது காரை எடுத்துக் கொண்டு வந்து அவரை அழைத்துச் சென்றார். அப்போதே அவர்கள் இருவரும் போய்விட்டார்களே!'

'உண்மையாகவா? ஆனால் செய்தித் தாள்களில் போட்டிருந்ததே...'

''என்ன சொல்லியிருந்தது? அவருக்கு பலத்த காயம் பட்டிருக்கிறது என்றா? இந்த செய்தி நிருபர்கள் எதையுமே பூதாகரமாகத்தான் எழுதுவார்கள். ஒரு மரம் முழுவதுமாக யார் மீதாவது விழுந்தால் அந்த ஆள் உயிர் பிழைக்கவே மாட்டார். திரு.பிஸ்வாஸ் மீது விழுந்தது ஒரு சிறு கிளைதான். அதிர்ச்சி அடைந்ததற்குத்தான் அவருக்கு சிகிச்சை தேவைப்பட்டதே தவிர காயத்திற்கு அல்ல. அவரது வலது கை மணிக்கட்டில் காயம்பட்டிருந்தது. தலையிலும் ஒரு சில தையல் போட வேண்டியிருந்தது அவ்வளவுதான்."

“இன்னொரு விஷயம் பற்றி உங்களால் சொல்ல முடியுமா? பழைய கல்கத்தாவைப் பற்றி எழுதினாரே, அதே நரேன் பிஸ்வாஸ்தானே இவர்?”

“ஆமாம். அவரேதான். அந்த நேரத்தில் அவர் கல்லறையில் ஏன் இருந்தார்? என்று தெரிந்து கொள்ள விரும்பினேன். அப்போதுதான் பழைய கல்கத்தாவைப் பற்றி தான் ஆராய்ச்சி செய்து வருவதாக அவர் கூறினார். நல்லதொரு விஷயத்தைத்தான் கையிலெடுத்திருக்கிறீர்கள் என்று நான் அவரிடம் சொன்னேன். இன்றைய கல்கத்தாவிலிருந்து எவ்வளவு தூரம் தள்ளி நிற்கிறோமோ அவ்வளவிற்கு நல்லது.’

‘அவரது காயம் சாதாரணமாகத்தான் உங்களுக்குத் தோன்றியதா?’

‘ஆஹா இப்போதுதான் நீ பேச ஆரம்பித்திருக்கிறாய். இந்த கேள்வி ஒரு துப்பறியும் நிபுணருக்கே உரித்தான ஒரு கேள்விதான்!’

ஃபெலுடாவினால் தனது வெட்கத்தை மறைக்க முடியவில்லை. ‘இல்லையில்லை... நான் சொல்ல வந்தது என்னவென்றால்... தன் மீது மரம் விழுந்தது என்றுதான் அவர் சொன்னாரா? அது போக...’

‘இதோ பாருங்கள்...! மரத்தின் பெரும்பகுதி முறிந்து விழுந்திருக்கிறது. இல்லையா? அதில் எந்த சந்தேகமும் இல்லை அல்லவா? அந்த ஆள் அந்த நேரத்தில் அந்தப் பக்கத்தில் இருந்திருக்கிறார். அந்த கேள்வி கேட்பதற்கு வேறு ஏதாவது காரணம் உண்டா?’

‘சந்தேகத்திற்கிடமான எதைப் பற்றியும் அவர் எண்ணினாரா?’

‘இல்லை. இல்லை என்றுதான் நினைக்கிறேன். மரம் முறிந்து கீழே விழுவதை அவர் பார்த்திருக்கிறார். அந்த மரத்திற்கு எவ்வளவு தூரம் கிளைகள் விரிந்திருக்கின்றன என்பதை கணிப்பதும் கடினம்தான். என்றாலும் அவருக்கு நினைவு திரும்பியபோது இரண்டு மூன்று முறை ‘வில்’ (உயில்) என்று கூறினார். அதில் மர்மம் ஏதும் இருக்கும் என்று நான் நம்பவில்லை. அந்த ஒருமுறை மட்டுமே அவர் ஒரு உயிலைப் பற்றி கூறினார் என்பதால் நான் அதைப் பற்றி பெரிதாக நினைக்கவில்லை. அதன் பிறகு அவர் அதைப் பற்றி பேசவே இல்லை.’

‘அவரது முழுப்பெயர் உங்களுக்குத் தெரியுமா?’

'அதான் பத்திரிக்கை செய்தியிலேயே வந்திருக்கிறதே? நரேந்திரநாத் பிஸ்வாஸ்.'

'இன்னும் ஒரே ஒரு கேள்வி. தயவு செய்து என்னை மன்னித்து விடுங்கள். உங்களது அரிய நேரத்தை நான் வீணாக்குகிறேன். அவர் அணிந்திருந்த உடைகள் உங்களுக்கு நினைவிருக்கிறதா?'

'நிச்சயமாக. ஒரு ஷர்ட்டும் பேண்ட்டும் தான் அணிந்திருந்தார். என்ன நிறம் என்பதுகூட எனக்கு நினைவிருக்கிறது. சட்டை வெள்ளை நிறம். கால்சட்டை பிஸ்கட் கலரில் கால்சட்டை இருந்தது. அதாவது கிளாக்ஸோ பிஸ்கட் அல்ல; க்ரீம் க்ரேக்கர் என்று வருமே அந்த கலரில்! ஹஹா!'

அதன் பிறகு ஃபெலுடா பிஸ்வாஸின் முகவரியை டாக்டர் சித்தாரிடமிருந்து பெற்றுக் கொண்டார். நாங்கள் மருத்துவமனையிலிருந்து கிளம்பினோம். திரு.பிஸ்வாஸ் புது அலிப்பூரில் வசித்து வந்தார். நாங்கள் நேராக அங்கே சென்றோம். வழக்கமாக சரியான அடையாளம் இல்லாவிட்டால் புது அலிப்பூரில் ஒரு முகவரியை தேடிக் கண்டுபிடிப்பது என்பது மிகவும் கஷ்டமான காரியமாகும். என்றாலும் லால்மோகன் பாபுவின் டிரைவருக்கு கல்கத்தா நகரத்தின் நன்றாகவே தெரிந்திருந்தது. பிஸ்வாஸின் வீட்டை தேடிக் கண்டுபிடிக்க எங்களுக்கு மூன்று நிமிடங்களுக்கு மேல் ஆகவில்லை.

அந்தக் கட்டிடம் இரண்டு தளங்களை கொண்டதாக இருந்தது. சுமார் 20 ஆண்டுகளுக்கு முன்னால் கட்டப்பட்டதாக இருக்க வேண்டும். முன்வாயிலுக்கு வெளியே கறுப்பு நிற அம்பாசிடர் கார் ஒன்று நிறுத்தப்பட்டிருந்தது. பெயர் பலகையில் என்.பிஸ்வாஸ், ஜி.பிஸ்வாஸ் என்று இரண்டு பெயர்கள் இருந்தன. நாங்கள் அழைப்பு மணியை அழுத்தினோம். வேலையாள் ஒருவன் வந்து கதவைத் திறந்தான்.

'நரேன் பிஸ்வாஸ் வீட்டிலிருக்கிறாரா?"

'அவருக்கு உடல்நலம் இல்லை.'

'யாரையும் பார்ப்பதில்லையா? நான் அவரை பார்க்க வேண்டும். ஏதாவது...'

'நீங்கள் யாரை தேடி வந்திருக்கிறீர்கள்?'

அந்த வேலையாளுக்கு பின்னால் நின்று கொண்டிருந்த யாரோ ஒரு அந்த கேள்வியை கேட்டார். சுமார் 40 வயதுக்கு மேலான ஒருவர் முன்னே வந்தார். நன்கு மழிக்கப்பட்ட

முகத்துடன் இருந்த அவரது விழிகள் பழுப்பு நிறத்தில் இருந்தன. பைஜாமாவிற்கு மேல் சட்டை அணிந்திருந்தார். அதற்கு மேல் தோளை சுற்றி பருத்தியினால் ஆன அங்க வஸ்திரம் அணிந்திருந்தார்.

'திரு. நரேன் பிஸ்வாஸுக்கு சொந்தமான ஒன்றை அவரிடம் திருப்பிக் கொடுக்க விரும்புகிறேன். அது அவரது மணிபர்ஸ்தான். பார்க் தெரு கல்லறையில் அதை அவர் தவற விட்டிருந்தார்.'

'ஓ! அப்படியா? நான் அவரது தம்பிதான். உள்ளே வாருங்கள். அண்ணா படுக்கையில் படுத்திருக்கிறார். இன்னமும் கட்டுகளுடன்தான் இருக்கிறார். அவரால் பேச முடியும். இருந்தாலும் இது போன்ற ஒரு விபத்து... அதாவது பெரிய அதிர்ச்சிதான் அவருக்கு. என்ன இருந்தாலும்.'

மேலே போகும் படிக்கட்டுகளுக்கு பின்னே ஒரு படுக்கையறை இருந்தது. திரு.பிஸ்வாஸ் அந்த அறையில்தான் படுக்கையில் படுத்திருந்தார். அவரது தம்பியை விட சற்றே கருப்பாக, அடர்த்தியான மீசை வைத்திருந்தார். அவரது தலையில் கட்டு போடப்பட்டிருந்தது. அந்த கட்டிற்கு கீழே இருந்த தலை முழுமையாக வழுக்கை என்பது நன்றாகவே தெரிந்தது.

இடது கையில் பிடித்திருந்த செய்தித் தாளை சற்றே கீழிறக்கி, எங்களுக்கு வணக்கம் கூறும் முகமாகவே தலையை லேசாக கீழே தாழ்த்தினார். அவரது வலது கை மணிக்கட்டிலும் கட்டு போடப்பட்டிருந்தது. எனவே வணக்கம் தெரிவிக்க இரண்டு கைகளையும் ஒன்று சேர அவரால் உயர்த்த முடியாது என்று தெரிந்தது. அவரது தம்பி அறையை விட்டுச் சென்றார். வேலைக்காரனை அழைத்து இன்னும் இரண்டு நாற்காலிகளை கொண்டு வந்து அறையில் போடும்படி சொன்னது கேட்டது. நரேன் பிஸ்வாஸின் அறையில் ஒரே ஒரு நாற்காலிதான் இருந்தது. அதுவும் மேஜைக்கு அருகே இருந்தது. என்றாலும் அது படுக்கைக்கு வெகுதூரத்தில் இல்லை.

ஃபெலுடா திரு. பிஸ்வாஸின் மணி பர்ஸை எடுத்து அவரிடம் கொடுத்தார்.

'நன்றி. மிக்க நன்றி. நீங்கள் ரொம்பவும் சிரமம் எடுத்திருக்கிறீர்கள்!' என்றார் அவர்.

ஃபெலுடா மிகவும் அடக்கத்துடன் கூறினார். 'இல்லை. சிரமம் ஏதுமில்லை நாங்கள் தற்செயலாக அங்கே போயிருந்தோம். எனது நண்பரான இவர்தான் அதைக் கண்டெடுத்தார்.'

திரு. பிஸ்வாஸ் தனது இடது கையால் பர்ஸை திறந்த அதனுள்ளே லேசாக நோட்டம் விட்டார். பின்பு ஃபெலுடாவை பார்த்து கேட்டார். கல்லறையில் தற்செயலாகவா....'

ஃபெலுடா சிரித்தார். 'நானும் அதே கேள்வியைத்தான் உங்களிடம் கேட்பதாக இருந்தேன். கல்கத்தாவின் வரலாறு பற்றி நீங்கள் ஏதோ வேலை செய்கிறீர்கள். இல்லையா?'

திரு. பிஸ்வாஸ் பெருமூச்சு விட்டவாறே சொன்னார். 'ஆமாம் அதைத்தான் செய்து கொண்டிருந்தேன். அதற்கு எனக்கு சரியான தண்டனையும் கிடைத்தது. வாயு பகவான் அந்த வேலையை நான் தொடர்வதை விரும்பவில்லை என்றே நினைக்கிறேன்.'

'விசித்ர பத்ராவில் வந்திருந்ததே அந்தக் கட்டுரை'

'ஆமாம் அதை நான்தான் எழுதினேன். தியாகிகள் நினைவுச் சின்னம் பற்றிதானே கேட்கிறீர்கள்? ஆமாம். அதுவும் நான் எழுதிய கட்டுரைகளில் ஒன்றுதான். மற்ற இதழ்களிலும் நான் எழுதுவதுண்டு. கடந்த வருடம் வரை நான் வேலையில் இருந்தேன். இப்போது ஓய்வு பெற்று விட்டேன். இருந்தாலும் எதிலாவது ஒன்றில் நம்மை ஈடுபடுத்திக் கொள்ள வேண்டுமல்லவா? ஒரு காலத்தில் நான் வரலாற்று மாணவனாக இருந்தேன். அந்த விஷயத்தில் எனக்கு எப்போதுமே ஆர்வம் இருந்து வந்தது. நான் கல்லூரியில் படிக்கும் போது கிளைவ் குடியிருந்த வீட்டை பார்ப்பதற்காக பாக் பஜாரிலிருந்து டம்டம் வரை நடந்தே சென்றிருக்கிறேன். அதை நீங்கள் எப்போதாவது பார்த்திருக்கிறீர்களா? சமீப காலம் வரையில் அந்த வீடு அப்படியே இருந்தது. மாளிகையைப் போல் கட்டப்பட்ட வீடு. அதன் முன்புறச் சுவரில் கிழக்கிந்திய கம்பெனியின் சின்னம் கூட பொறிக்கப்பட்டிருக்கும்.'

'நீங்கள் மாநிலக் கல்லூரியில் படித்தீர்களா?'

மேஜைக்கு மேலே இருந்த சுவரில் ஒரு படம் மாட்டப்பட்டிருந்தது. மாநிலக் கல்லூரி பழைய மாணவர்கள் கழகம், 1953 என்று அதில் எழுதியிருந்தது.

திரு. பிஸ்வாஸ் எங்களிடம் கூறினார். 'நான் மட்டுமல்ல; எனது மகன், எனது தம்பி, அப்பா, ஏன் தாத்தாவும்கூட மாநிலக் கல்லூரியில் படித்தவர்கள்தான். எங்களது குடும்பத்தின் பாரம்பரியமாகவே அது இருந்தது. நானும் எனது தம்பி கிரினும் தங்கப் பதக்கம் பெற்றோம் என்பதை ஒப்புக் கொள்ளவே எனக்கு வெட்கமாக இருக்கிறது.'

'வெட்கமா? நீங்கள் ஏன் வெட்கப்பட வேண்டும்?'

'நல்லது. அதனால் எந்த பயனாவது உண்டா? வாழ்க்கையில் நாங்கள் எதைத்தான் சாதித்தோம்? நான் ஒரு வேலைக்கு போனேன். கிரின் வியாபாரம் செய்து கொண்டிருக்கிறான். அவ்வளவுதான். யாருக்குமே எங்களை தெரியாது. மக்களை பொறுத்த வரையில் எங்களது பெயரால் ஒன்றுமில்லை.'

ஃபெலுடா இன்னும் கொஞ்சம் நெருக்கமாக பார்ப்பதற்காக அந்த போட்டோவிற்கு அருகே சென்றார். இப்போது அவரது பார்வை மேஜைமீதும் விழுந்தது. நீல நிற குறிப்பேடு ஒன்று அதன் மீது விரித்து வைக்கப்பட்டிருந்தது. வெளியே தெரிந்த அந்த பக்கத்தில் பத்து வரிகள் மட்டுமே எழுதப்பட்டிருந்தன. அதற்கு மேல் அல்ல.

'உங்கள் பெயர் நரேந்திர நாத் ஆ? அல்லது நரேந்திர மோகன் ஆ?' என்று கேட்டார் பெலுடா.

'என்ன சொன்னீர்கள்?'

திரு.பிஸ்வாஸ் ஒருவேளை வேறு ஏதோ யோசனையில் இருந்திருக்கக் கூடும். ஃபெலுடா மீண்டும் தனது கேள்வியை கேட்டார். அதைக் கேட்டதும் திருபிஸ்வாஸ் புன்னகை புரிந்தார். அவர் சற்றே வியப்படைந்ததாகவும் தோன்றியது. எனக்குத் தெரிந்தவரையில் நரேந்திர நாத் தான் என் பெயர். அது இல்லை என்று நீங்கள் நம்புதற்கு ஏதாவது காரணம் உண்டா?'

'உங்கள் விசிட்டிங் கார்டில் என்.எம்.பிஸ்வாஸ் என்று இருந்தது.'

'ஓ! அதுவா? அது அச்சுப் பிழை அந்தக் கார்டை யாருக்காவது கொடுக்கும்போது 'எம் என்றிருப்பதை என்' என்று திருத்தித்தான் கொடுப்பேன். புது கார்டு அடித்திருக்கலாம். இன்னும் அது நடக்கவில்லை. உண்மையைச் சொல்ல வேண்டுமென்றால் எனக்கு விசிட்டிங் கார்டே தேவையில்லை. ஒரு சில கார்டுகளை எப்போதும் பர்ஸில் வைத்திருப்பேன். ஏனென்றால் சமீப காலமாக நான் அருங்காட்சியகங்களுக்கு போய் வருகிறேன். சில நேரங்களில் அங்கிருக்கும் அதிகாரிகளை நான் சந்திக்க வேண்டியிருக்கிறது. அது போகட்டும். அந்தக் கல்லறையை பற்றி நீங்கள் எழுதப் போகிறீர்களா?, என்ன? இல்லை என்றுதான் நம்புகிறேன். உங்களைப் போன்ற இளைஞருடன் என்னால் மோத முடியாது!'

ஃபெலுடா கிளம்புவதற்காக இருக்கையிலிருந்து எழுந்தவாறே சொன்னார். 'இல்லையில்லை நான் எழுதுவதில்லை. கற்றுக்

கொள்வது மட்டுமே எனக்கு மகிழ்ச்சி அளிக்கிறது. உங்களிடம் ஒரே ஒரு வேண்டுகோளைத்தான் முன் வைக்கிறேன். நீங்கள் ஆராய்ச்சி செய்யும்போது காட்வின் என்ற குடும்பம் குறித்து ஏதாவது தகவல் உங்கள் கண்ணில் படுமேயானால் எனக்கு தகவல் தெரிவிக்கிறீர்களா? அது எனக்கு பேருதவியாக இருக்கும்.'

'காட்வின்?'

'ஆமாம். தாமஸ் காட்வின் பார்க் தெரு கல்லறையில்தான் அடக்கம் செய்யப்பட்டிருக்கிறார். இன்னும் சொன்னப் போனால் உங்களை காயப்படுத்திய அதே மரம் காட்வினின் கல்லறையையும் சேதப்படுத்தியிருக்கிறது.'

'உண்மையாகவா?'

'ஆமாம். கீழ் சுற்றுச் சாலையில் உள்ள இன்னொரு கல்லறையில் காட்வின் குடும்பத்தைச் சேர்ந்த மேலும் 5 பேர் அடக்கம் செய்யப்பட்டுள்ளனர்.'

'நல்லது. அப்படி எதையும் பார்த்தால், நிச்சயமாக உங்களுக்கு தெரிவிக்கிறேன். ஆனால் அதற்கு உங்கள் முகவரி தேவை.'

ஃபெலுடா அவரது விசிட்டிங் கார்டுகளில் ஒன்றை எடுத்து அவரிடம் நீட்டினார்.

'தனியார் துப்பறியும் நிபுணரா?' திரு.பிஸ்வாஸ் மிகுந்த அதிர்ச்சியடைந்ததாகத் தோன்றியது. 'இதைக் கொண்டா நீங்கள் வாழ்க்கை நடத்துகிறீர்கள்?'

'ஆமாம்.'

'அப்படியா? கல்கத்தாவில் தனியார் துப்பறியும் நிபுணர்கள் இருக்கிறார்கள் என்று நான் கேள்விப்பட்டிருக்கிறேன். இப்போதுதான் முதன்முறையாக அப்படிப்பட்ட ஒருவரை நான் சந்திக்கிறேன்!'

ஐந்து

சௌரங்கிக்கு திரும்பிப் போகும் வழியில் நான் ஃபெலுடாவை கேட்டேன். 'நீங்கள் ஏன் அவரிடம் விக்டோரியா மகாராணி பற்றி விசாரிக்கவில்லை?' நாங்கள் இப்போது லால்மோகன் பாபுவின் காரில் பயணம் செய்து கொண்டிருந்தோம். தேநீர், நொறுக்குத் தீனி ஆகியவற்றை ப்ளூஃபாக்ஸ் உணவகத்தில் எங்களுக்கு வாங்கி தருவது என்பதில் அவர் பிடிவாதமாக இருந்தார். அந்த உணவகத்திற்கு சென்றால் எல்லாமே தலைகீழாக மாறப் போகிறது என்று யாருக்குத் தெரியும்?

ஃபெலுடா பதிலளித்தார். 'அவரது மணி பர்ஸில் இருந்த காகிதங்களை எடுத்து படித்திருக்கிறேன் என்பதை அறிந்தால் திரு.பிஸ்வாஸுக்கு மகிழ்ச்சி ஏற்படாது. அவை ஒன்றும் ரகசிய குறியீடுகளோ அல்லது அதைப் போன்றதோ அல்ல. நிச்சயமாக தனிப்பட்ட கவனத்திற்காக பயன்படுத்தப்படும் சுருக்கமான எழுத்து வடிவம்தான் அது. வேறு யார் கண்ணிலும் பட்டுவிடக் கூடாது என்பதற்காக கூட அப்படி எழுதப்பட்டிருக்கலாம்.'

'ஆமாம். அப்படித்தான் இருக்க வேண்டும்.'

லால்மோகன் பாபு கொஞ்சம் கவலையுற்றவராகத் தோன்றினார். ஃபெலுடாவும் அதை கவனிக்கத் தவறவில்லை. 'என்ன ஆயிற்று உங்களுக்கு? ஏன் எதையோ பறிகொடுத்தவரைப் போல் இருக்கிறீர்கள்?

லால்மோகன் பாபு பெருமூச்சு விட்டபடியே சொன்னார். 'புலாக் கிற்காக அருமையானதொரு கதைக் கருவை நான் தயாரித்து வைத்திருந்தேன். அது அவருக்கு மற்றுமொரு வெற்றிப் படமாக அமைந்திருக்கும். ஆனால் இப்போதெல்லாம் இந்திப் படங்களில் சண்டையும் மர்மமும் போதிய ரசிகர்களை கவர்ந்திழுப்பதாக இல்லை என்று அவர் இன்று எனக்கு

எழுதியிருந்தார். இப்போது எல்லோருமே பக்தி ரசம் மிக்க கதைகளைத்தான் விரும்புகிறார்களாம். ஜெய் சந்தோஷி மா மாபெரும் வெற்றி பெற்றதை தொடர்ந்துதான் இந்தப் போக்கு துவங்கியிருக்கிறது. கொஞ்சம் கற்பனை செய்துதான் பாருங்களேன்!'

'அதனால் என்ன? உங்களுக்கு அதனால் என்ன பிரச்சினை? கடவுள் பற்றியும் மதம் பற்றியும் உங்களுக்கு எந்தவித உணர்வும் இல்லையா என்ன?'

இதற்கு பதிலளிக்க வேண்டும் என்று லால்மோகன்பாபு நினைத்ததாகத் தோன்றவில்லை. அவர் முகத்தை சுருக்கியவாறே நரகம் நரகம்! என்று கூறிவிட்டு அமைதியானார். அதற்கு காரணம் புலாக் எழுதிய கடிதம் அல்ல; எங்களுக்கு இடது பக்கத்தில் நாங்கள் காண முடிந்த காட்சிதான். இப்போது எங்கள் கார் பிர்லா கோளரங்கைத் தாண்டி சௌரங்கியை எட்டியிருந்தது. மலை போல குவிக்கப்பட்டிருந்த மண் அந்தப் பக்கம் இருந்த மைதானத்தையே மறைத்திருந்தது. சமீப காலமாகவே பூமிக்கு கீழே ரயில்வே துறை உருவாக்கிக் கொண்டிருந்த மெட்ரோ ரெயிலை நரக ரெயில்! என்றுதான் லால்மோகன்பாபு குறிப்பிட்டுக் கொண்டிருந்தார்.

நாங்கள் சென்று கொண்டிருந்த கார் சாலையில் இருந்த பள்ளங்களில் ஒன்றன் பின் ஒன்றாக விழுந்து எழுந்து கொண்டிருந்தது. அப்போது ஒவ்வொரு முறையும் லால் மோகன் பாபுவிற்கு உதறல் எடுத்தது. இறுதியில் அவர் சொன்னார். 'எனது காரின் ஸ்பிரிங்குகள் நீங்கள் நினைக்குமளவிற்கு மோசமானவை அல்ல! எந்தவித மேடு பள்ளமும் இல்லாத ரெட் ரோடில் நாம் போகும்போதுதான் இந்தக் குலுக்கல்களுக்கு காரை குறை சொல்ல முடியாது என்பதை நீங்கள் உணரலாம்.'

'இல்லை. நாங்கள் குறையொன்றும் சொல்லவில்லை. குறைந்தபட்சம் நாம் இப்போது செப்பனிடப்பட்ட சாலையில் சென்று கொண்டிருந்தோம். 200 ஆண்டுகளுக்கு முன்போ இந்த சாலைகள் எல்லாம் தற்போது கிராமப்புறங்களில் இருக்கும் சாலைகளைப் போன்றுதான் இருந்தன. இவற்றில் ஒன்றுகூட செப்பனிடப்பட்டதல்ல. நம்பமுடிகிறதா உங்களால்?'

'அப்போது அம்பாசிடர் கார்களும் சாலைகளில் இருந்திருக்காது. இந்த அளவிற்கு சாலைகளும் போக்குவரத்து நெருக்கடி மிக்கதாகவும் இருந்திருக்காது.'

‘இல்லைதான். அப்போது இந்த அளவிற்கு மக்களும் அதிகமான அளவில் இல்லைதான். தோட்டி (குப்பை நீக்கும்) பறவைகள்தான் ஏராளமாக இருந்தன.’

‘தோட்டிப் பறவைகளா?’

‘ஆமாம். அந்த நாட்களில் இன்றைய காகங்கள், புறாக்களைப் போல அவைகளும் சாதாரணமாக இருந்தன. பெரியதாக இருக்கும் சுமார் 4 1/2 அடி உயரம் இருக்கும் தெருக்களில் இருக்கும் குப்பைகளை எல்லாம் பொறுக்கி எடுத்துக் கொண்டிருக்கும். கங்கை நதியில் பிணம் ஏதாவது மிதந்து வருவதை பார்த்து விட்டால் போது அவை அதன் மீது உட்கார்ந்தபடி நதியில் உல்லாசப் பயணம் போகத் துவங்கி விடும்.’

‘ஓ! கேட்கவே நாராசமாக இருக்கிறது. எல்லாமே அநாகரீகமாக, காட்டுத்தனமாகத்தான் இருந்திருக்க வேண்டும். எவ்வளவு பயங்கரம்!’

‘என்றாலும் இந்தப் பறவைகள் சுற்றிப் பறந்து கொண்டிருந்த இதே நகரத்தில்தான் கவர்னர் ஜெனரலின் மாளிகை, செயின்ட் ஜான் சர்ச், பார்க் தெரு கல்லறை, தியேட்டர் சாலை தியேட்டர்கள், அதே போல பிரிட்டிஷ்காரர்கள் வசித்து வந்த ஏராளமான வீடுகள் ஆகியவையும் இருந்தன. அந்தப் பகுதிக்கு அப்போது வெள்ளை நகரம் என்று பெயர். உள்ளூர் இந்தியர்கள் அங்கே வசிக்க அனுமதியில்லை. அப்போது கல்கத்தாவின் வடபகுதிக்குத்தான் கறுப்பு நகரம் என்று பெயர்.’

‘ஓ! இதைக் கேட்கும்போதே என் ரத்தம் கொதிக்கிறது!’ என்றார் லால்மோகன் பாபு.

நாங்கள் பார்க் தெருவில் திரும்பியபோது ப்ளூஃபாக்ஸ் உணவகத்தை நாங்கள் அடைவதற்கு முன்னதாகவே வண்டியை கொஞ்சம் நிறுத்தும்படி ஃபெலுடா டிரைவரை கேட்டுக் கொண்டார். அந்த புத்தகக் கடையில் கொஞ்சம் விசாரிக்க வேண்டியிருக்கிறது என்றார் அவர்.

லால் மோகன் பாபுவிற்கு ஆக்ஸ்போர்ட் புத்தக கம்பெனியின்மீது எவ்வித ஆர்வமும் இருக்கவில்லை. ஏனென்றால் இந்தக் கடை ஒன்றும் அவரது புத்தகங்களை விற்பதில்லையே! ‘காலேஜ் தெருவில் இருக்கும் கடைகளும் பாலிகஞ்ச் பகுதியில் இருக்கும் கறுப்பு புத்தகக் கடையும் நீடுழி வாழ்க!’ என்றார் அவர்.

ஃபெலுடா கடைக்குள் சென்று அங்கிருந்த புத்தக அலமாரிகளை மேலோட்டமாக பார்த்துவிட்டு பின் ஒரு கவுண்ட்டருக்கு அருகே

சென்று நின்றார். அதன்மீது எழுதுபொருட்கள் வரிசையாக அடுக்கி வைக்கப்பட்டிருந்தன. சிவப்பு நீலநிற குறிப்பேடுகள், ஃபைல்கள், டயரிகள், நிகழ்ச்சி நிரலுக்கான கையேடுகள் என்று நிரம்பியிருந்தன. ஃபெலுடா நீலநிற குறிப்பேடு ஒன்றை கையிலெடுத்து அதன் விலையை பார்த்தார். ரூ.12.50 இதே போன்றதொரு குறிப்பேட்டைத்தான் நரேன் பிஸ்வாஸின் மேஜையில் நாங்கள் பார்த்திருந்தோம்.

கடை உதவியாளர் ஒருவர் முன்னால் வந்து ஏதாவது தேவையா? என்று கேட்டார்.

'விக்டோரியா மகாராணியின் கடிதங்களின் தொகுதி உங்களிடம் இருக்கிறதா? என்று கேட்டார் பெலுடா.'

'விக்டோரியா மகாராணியா? இல்லை சார். அந்த பதிப்பகத்தின் பெயரைச் சொன்னால் நாங்கள் அதை உங்களுக்கு வருவித்துத் தருவோம். பதிப்பித்தவர்கள் மாக்மில்லனோ அல்லது ஆக்ஸ்போர்ட் யூனிவர்சிடியாகவோ இருந்தால் அவர்களது கல்கத்தா அலுவலகத்திலும்கூட விசாரிக்கலாம்.'

ஃபெலுடா சற்றே யோசித்து விட்டு பின்பு சொன்னார். 'நல்லது. நான் விரைவில் திரும்பி வருகிறேன்.'

நாங்கள் மீண்டும் பார்க் தெருவிற்கே வந்தோம். இப்போது எங்கள் கார் ப்ளூஃபாக்ஸ் உணவகத்திற்கு முன்னால் நிறுத்தப்பட்டிருந்தது. நாங்கள் உணவகத்தை நோக்கி நடக்கத் துவங்கினோம்.

ஃபெலுடா தனது பாக்கெட்டிலிருந்து அவரது குறிப்பேட்டை எடுத்துக் கொண்டே சொன்னார். 'கொஞ்சம் நில்லுங்கள். இந்தக் கூட்டத்தில் நடந்து போனால் என்னால் படிக்கவே முடியாது!'

ஒருசில நொடிகளுக்குப் பிறகு அவர் குறிப்பேட்டை மூடிவிட்டு திரும்பவும் நடக்கத் துவங்கினார். 'ஏதாவது தெரிந்ததா?' என்றேன்.

'முதலில் உள்ளே போய் உட்காருவோம்.' என்று பதிலளித்தார் ஃபெலுடா.

நாங்கள் ஒரு வழியாக போய் உட்கார்ந்த பிறகுதான் ஏன் இந்த உணவகத்தை தேர்ந்தெடுத்தேன் என்று லால்மோகன் பாபு எங்களிடம் சொன்னார். ப்ளூஃபாக்ஸ் என்ற பெயர் அவருக்கு மிகவும் பிடித்திருந்ததால்தான் இதைத் தேர்ந்தெடுத்ததாக அவர் சொன்னார். இதற்கு முன்னால் அவர் இந்த உணவகத்தை

பார்த்ததேயில்லை. இன்னும் சொல்லப் போனால் பார்க் தெருவில் இருந்த எந்தவொரு உணவகத்திலும் அவர் சாப்பிட்டதே இல்லை. அவர் சொன்னார். 'இதோ பாருங்கள். நான் வசிப்பது கோர்பாரில். எனது பதிப்பாளர்கள் காலேஜ் தெருவில் இருக்கிறார்கள். அப்படியிருக்கும்போது இந்தப் பகுதியில் வந்து சாப்பிடுவதற்கான வாய்ப்போ அல்லது தேவையோ எப்படியிருக்கும்?'

வெயிட்டர் வந்து தேநீர், நொறுக்குத்தீனிக்கான ஆர்டரை எடுத்துக்கொண்டு சென்றபிறகு ஃபெலுடா தனது குறிப்பேட்டை மீண்டும் வெளியே எடுத்து மேஜையின்மேல் வைத்தார். பின்பு அதை திறந்து கொண்டே சொன்னார். 'இதில் முதல் வரி இன்னமும் எனக்கு மர்மமாகத்தான் இருக்கிறது. இருந்தாலும் இரண்டாவது வரியைப் பற்றி தெரிந்து கொண்டு விட்டேன் என்றுதான் நினைக்கிறேன். இந்த எழுத்துக்கள் எல்லாமே வெளிநாட்டு பதிப்பாளர்களின் பெயர்களைத்தான் குறிக்கின்றன.'

'எந்த எழுத்துக்கள் என்றேன் நான்.'

'எம் எம், ஓயு, ஜி ஏயி, எஸ் ஜே, டபிள்யூ என் ஆகியவை முறையே மாக்மில்லன். ஆக்ஸ்போர்ட் யூனிவர்சிட்டி பிரஸ், ஜார்ஜ் ஆலன் அன்ட் அன்வின், சிட்ஜ்விக் அன்ட் ஜாக்சன், வெய்டன்பெல்ட் அன்ட் நிக்கல்சன்.'

'அடக் கடவுளே! ஒரே ஒரு முறை கூட தட்டுத் தடுமாறாமல் எப்படி உங்களால் இவ்வளவு வெளிநாட்டு பெயர்களை வரிசையாகக் கூற முடிகிறது? உங்கள் நாக்கிற்கு கடவுளின் ஆசி எப்போதும் இருக்கட்டும்!' என்று வியப்புடன் கூறினார் லால் மோகன் பாபு.

விக்டோரியா மகாராணியின் கடிதங்களின் தொகுதி பற்றி விசாரித்து திருபிஸ்வாஸ் இந்த பதிப்பாளர்க்ளுக்கு ஏற்கனவே கடிதம் எழுதியிருக்கக் கூடும். அல்லது எழுதத் திட்டமிட்டிருந்தார் என்று நன்றாகவே தெரிகிறது. என்றாலும் அவர் இவ்வளவு கஷ்டப்பட்டிருக்க வேண்டாம். பிரிட்டிஷ் கவுன்சில் அல்லது தேசிய நூலகத்தை அவர் அணுகியிருந்தால் மிகவும் எளிதாக இருந்திருக்கும். அந்த கடிதங்களில் ஒரு சிலவற்றையாவது அவர் நேராக படித்திருக்க முடிந்திருக்கும்.

அப்போது வரவிருந்த சாண்ட்விச்சிற்கு இடமளிக்க தனது குறிப்பேட்டை மீண்டும் பாக்கெட்டில் எடுத்து வைத்துக்

கொண்டார் ஃபெலுடா. பின்பு அவர் ஒரு சார்மினார் சிகரெட்டை எடுத்து பற்ற வைத்துக் கொண்டார். லால்மோகன் பாபு மேற்கத்திய இசைப் பாடல் ஒன்றை முணுமுணுத்துக் கொண்டே அதற்கேற்றபடி கைகளால் தாளமும் போட்டுக் கொண்டிருந்தார். பின்பு அதை நிறுத்திவிட்டு அவர் சொன்னார். 'நாம் எங்காவது வெளியே போகலாம். அதாவது ஊரைவிட்டு வெளியே. நாம் அவ்வாறு வெளியே போகும்போதுதான் உங்களுக்கும் ஏதாவது வழக்கு கிடைக்கிறது. எனக்கும் அருமையான கதைக்கருக்கள் உருவாகின்றன. ஆனால் எங்கே போவது? கொஞ்சம் கரடுமுரடான, காட்டுப் பகுதியாக இருக்க வேண்டும். தரைப்பகுதியாகவும் இருக்கக் கூடாது. மரங்கள் அடர்ந்த, ஈரமான, சோம்பேறித் தனமான, அமைதியான இடமாகவும் அது இருக்கக் கூடாது. நமக்கு என்ன தேவை என்றால்...'

சரியாக அந்த நேரத்தில்தான் நாங்கள் ஆர்டர் செய்திருந்த சாண்ட்விச் வந்து சேர்ந்தது. எனவேதான் லால்மோகன் பாபு தனது பேச்சை முடிக்கவில்லை. நாங்கள் மிகுந்த பசியுடன் இருந்தோம். லால்மோகன் பாபு ஒரு பெரிய சாண்ட் விச்சை எடுத்து கடித்து அதை மூன்று முறை மென்று விழுங்கிவிட்டு அப்படியே நிறுத்தி விட்டார். பின்பு அவரது விழிகள் விரிவதையும் அவர் முணுமுணுப்பதையும் கண்டேன். 'கடவுளை வாழ்த்தத்தான் வேண்டும்! கடவுளை வாழ்த்தத்தான் வேண்டும்!' என்ற வார்த்தைகள் அவரிடமிருந்து வெளி வந்தன. இதன் விளைவாக சாண்ட் விச்சின் சிறு துண்டுகள் அவர் வாயிலிருந்து தெறித்து மேஜையில் சிதறின.

நடந்தது இதுதான்: ஃபெலுடாவும் நானும் தெருவை பார்த்த மாதிரி உட்கார்ந்திருந்தோம். லால்மோகன் பாபு உணவகத்தின் உட்பகுதியை பார்ப்பது போல் அமர்ந்திருந்தார். அதன் பின்புறத்தில் ஒரு சிறிய மேடை இருந்தது. மாலை நேரங்களில் அங்கே இசை நிகழ்ச்சி தொடர்ந்து நடக்கும் என்பது நன்றாகவே தெரிந்தது. அந்த மேடையில் ஒரு பெயர்ப் பலகை நிற்க வைக்கப்பட்டிருந்தது. இந்தப் பலகைதான் லால்மோகன் பாபுவிற்கு மிகுந்த வியப்பை ஏற்படுத்தியது. அந்த பலகையில் இசைக்குழுவின் பெயர் இருந்தது. அதற்குக் கீழே இருந்த வார்த்தைகள் இதுதான்: கிடார் கிரிஸ் காட்வின்.

ஃபெலுடா கைகளைத் தட்டி வெயிட்டரை அழைத்தார்.

'இரவு நேரங்களில் இங்கே இசைக் கச்சேரி நடக்குமா?'

'ஆமாம் சார்!'

'உங்களது மேனேஜருடன் பேச முடியுமா?'

கிரிஸ் காட்வினின் முகவரியை பெறுவதுதான் அவரது நோக்கமாக இருந்தது. இதற்காக ஒரு கதையையும் அவர் தயார் செய்து வைத்துக் கொண்டார். உணவகத்தின் மேனேஜர் எங்கள் மேஜையருகே வந்தவுடன் ஃபெலுடா அவரிடம் கேட்டார்.

"பாலிகுஞ்ச் பூங்கா பகுதியில் உள்ள திரு.மன்சுக்கானியின் வீட்டில் ஒரு திருமணம் நடைபெற இருக்கிறது. அவர்கள் ஒரு இசைக் குழுவை தேடிக் கொண்டிருக்கிறார்கள். உங்கள் உணவகத்தில் வாசிக்கும் இசைக்குழுவைப் பற்றி நான் நிறையவே கேள்விப்பட்டிருக்கிறேன். திருமணத்தின் போது இசை நிகழ்ச்சி நடத்த அவர்கள் ஒப்புக் கொள்வார்களா?'

'ஏன் மாட்டார்கள்? இசை நிகழ்ச்சியைக் கொண்டுதானே அவர்கள் வாழ்க்கை நடத்துகிறார்கள்?'

'கிரிஸ் காட்வின்தான் இந்தக் குழுவிற்கு தலைவரா? அவரது முகவரியை தர முடியுமா?'

மேனேஜர் ஒரு துண்டு காகிதத்தில் முகவரியை எழுதி பெலுடாவிடம் நீட்டினார். அதில் இருந்தது இதுதான். 14\1 ரிப்பன் சந்து.

வேறெதாவது நாளாக இருந்திருந்தால், எங்களது உணவை சாப்பிட்டு முடிக்க நீண்ட நேரமாகியிருக்கும் என்பதோடு, அதற்குப் பிறகும் கூட நாங்கள் சும்மா பேசிக்கொண்டே அமர்ந்திருப்போம். ஆனால் இன்றோ நாங்கள் மிகக் குறைந்த நேரம்தான் அதற்காக செலவழித்தோம். ஃபெலுடா ஒரே ஒரு சாண்ட்விச் மட்டுமே போதும் என்றார் அவர். லால்மோகன் பாபுவோ வேக வேகமாக ஃபெலுடாவின் தட்டில் மிச்சமிருந்த இரண்டு சாண்ட்விச்களையும் விழுங்கியதோடு அவரது தட்டிலிருந்த மூன்றையும் காலி செய்தார். 'எல்லாவற்றிருக்கும் நாம் பணம் கொடுக்கப் போகிறோம். அப்படியிருக்கும்போது நல்ல உணவை நாம் என் வீணாக்க வேண்டும்?' என்று கேட்டார் அவர்.

14\1 ரிப்பன் சந்திலிருந்த வீட்டை நாங்கள் நெருங்கியபோது எனது இதயம் நொறுங்கியது. சதாத் அலியின் அரசவையின் ஆடம்பரங்களைப் பற்றிய கதைகளை என்னால் மறக்க முடியவில்லை. ரிப்பன் சந்தில் இருந்த அந்த வீட்டின் வெளிப்புறப்பகுதி மிக மிக அசிங்கமாக இருந்தது. இந்த வேறுபாடு என்னை படுமோசமாக பாதித்தது. இதைக் கண்டு

வியப்படைய வேண்டிய அவசியமில்லை என்று ஃபெலுடா கூறினார். 'நான்கைந்து தலை முறைகளுக்குள்ளேயே மிகவும் வசதி படைத்த எந்தவொரு குடும்பமும் கடுமையான வறுமையில் வாடுவதற்கான வாய்ப்புண்டு, அவர்களது துன்பங்களுக்கும் துயரங்களுக்கும் முடிவே இருக்காது' என்றார் அவர். அந்த தெருவில் இருந்த வீடுகள் ஒன்றும் சிறியதாக இருக்கவில்லை. ஒவ்வொன்றுமே மூன்று அல்லது நான்கு மாடிகளைக் கொண்டதாகத்தான் இருந்தன. என்றாலும் அவை எதிலும் கால் வைக்கக்கூடாது. எனக்கு விருப்பமில்லை. அங்குள்ள ஒவ்வொரு வீடுமே பேய் பிடித்த வீடு மாதிரித்தான் தனக்குத் தோன்றுகிறது என்றார் லால்மோகன் பாபு. 14\1 எண் கொண்ட வீட்டிற்கு வெளியே இருந்த ஒரு பீடா கடைக்காரரிடம் பேச்சு கொடுப்பது என்று முடிவு செய்தார் ஃபெலுடா. தான் சரியான முகவரிக்குத்தான் வந்திருக்கிறோமா என்பதை அவர் உறுதிப்படுத்திக் கொள்ள விரும்பினார்.

இந்த வீட்டில் காட்வின் என்று யாராவது வசிக்கிறார்களா?

'குடின் சாஹேப்? எந்த சாஹேபை கேட்கிறீர்கள்? இசை கலைஞரையா?'

'ஆமாம். அதுபோக வேறு யாராவது இருக்கிறார்களா என்ன?'

'மற்றுமொரு கிழவரும் இருக்கிறார். மார்கிஸ் சாஹேப் மார்கிஸ் குடின்.'

'எந்த மாடியில்?'

'இரண்டாவது மாடியில் இருக்கிறார். மூன்றாவது மாடியில் அர்கிஸ் சாஹேப் இருக்கிறார்.'

'அர்கிஸ், மார்கிஸ்? இருவரும் கூடப் பிறந்தவர்களா?' என்று கேட்டார் லால்மோகன் பாபு.

'இல்லை பாபு. அர்கிஸ் சாஹேப் அர்கிஸ் சாஹேப்தான். மார்கிஸ் தான் குடின்... இரண்டாவது மாடிக்கு போனால் அவரை பார்க்கலாம்.'

அர்கிஸ் - மார்கிஸ் பற்றிய விவாதத்தை ஒதுக்கி விட்டு ஃபெலுடா அந்த இடத்தை விட்டு புறப்பட்டார். அந்த கட்டிடத்திற்குள் நுழைந்தார். நாங்கள் அவரை பின் தொடர்ந்தோம்.

நான் நினைத்தது சரிதான். உள்ளே இருந்த நிலை கட்டிடத்திற்கு வெளியே இருந்ததைப் போன்றேதான் அசிங்கமாக

தோற்றமளித்தது. ஜூன் மாத மாலை நேரம் என்பதால் 61\2 மணி ஆன பிறகும் கூட வெளியே வெளிச்சம் இருந்தது. ஆனால் படிக்கட்டுகளை நெருங்கிய உடனேயே இருள் கவிந்து கொண்டது. எதைப் பற்றியும் கவலைப்படாமல் ஃபெலுடா படிக்கட்டுகளில் ஏறத் துவங்கினார். அவரிடம் பிரத்தியேகமான ஒரு திறமை உண்டு. மற்ற எவரையும் விட அவரால் இருட்டில் நன்றாக பார்க்கமுடியும். லால்மோகன் பாபு படிக்கட்டின் கைப்பிடியை இறுகப் பற்றியவாறு மிகுந்த சிரமத்துடன் மேலே ஏறினார். 'இருட்டில் பூனைபோல மேலே வரும் திருடன் என்று நான் கேள்விப்பட்டிருக்கிறேன். ஆனால் பூனைபோல இருட்டில் நடக்கும் துப்பறியும் நிபுணரை இப்போதுதான் முதன் முறையாகப் பார்க்கிறேன்' என்றார் அவர்.

இரண்டாவது மாடியில் முழுமையான நிசப்தம் நிலவியது. எங்கள் காதுகளில் மிக மெல்லியதாக விழுந்த சத்தமெல்லாம் அநேகமாக ஒரு ரேடியோவிலிருந்து வெளிப்பட்ட இசைதான். படிக்கட்டு முடிந்த இடத்தில் ஒரு கதவு இருந்தது. அதற்குப் பின்னால் ஒரு பால்கனி இருந்தது. கதவு வழியாக ஓரளவிற்கு வெளிச்சம் வந்து கொண்டிருந்தது. அந்த வெளிச்சத்தில் தரையிலிருந்த மொசைக்கின் வடிவம் தெரிந்தது. எங்களது இடது புறத்தில் ஓர் அறை இருந்தது. அது காலியாகவும் இருட்டாகவும் இருந்தது. அதையும் தாண்டி மற்றொரு அறை இருந்தது. அங்கிருந்த விளக்கு போடப்பட்டிருந்தால் அதன் வெளிச்சம் வெளியே இருந்த வராந்தாவிலும் வந்து விழுந்து கொண்டிருந்தது. அந்த வெளிச்சம் வந்து விழுந்த இடத்தில் கறுப்பு பூனை ஒன்று சுருண்டு அமர்ந்து கொண்டு எங்களை உற்றுப் பார்த்துக் கொண்டிருந்தது. எங்களுக்கு மேலே இருந்த மூன்றாவது மாடியிலிருந்து ஒரு மனிதனின் குரல் கேட்டது. பின்பு யாரோ பலமாக இருமிக் கொண்டிருக்கும் சத்தம் கேட்பதைப்போல் உணர்ந்தேன்.

'நாம் வீட்டுக்குத் திரும்பலாம். இது ரிப்பன் சந்தில் இருக்கும் கல்லறை போலத்தான் உள்ளது.' என்று லால்மோகன் பாபு கூறினார்.

ஃபெலுடா அந்த இரண்டாவது அறையை நோக்கிச் சென்றார்.

'உள்ளே யாராவது இருக்கிறீர்களா?' என்ற அவர் குரல் கொடுத்தார்.

ஒரு சில நொடிகளுக்கு அமைதியாக இருந்தது. பின்பு யாரோ 'யாரது?' என்று கேட்கும் ஒலி வந்தது.

மீண்டும் பேசுவதற்கு முன்னால் ஃபெலுடா சற்றே தயங்கினார். அதே குரல் மீண்டும் கேட்டது. இந்த முறை அந்த குரலில் சற்றே பொறுமையிழந்த தொனி தென்பட்டது. 'உள்ளே வாருங்கள் என்னால் வெளியே வர முடியாது!'

'உள்ளே போகப் போகிறீர்களா, அல்லது நாம் கிளம்புகிறோமா?

லால்மோகன் பாபுவின் இந்தக் கேள்வியை காதில் போட்டுக் கொள்ளாமலே ஃபெலுடா அந்த வராந்தாவை கடந்து சென்றார். அவர் ஒரு பட்டம் என்றால் வால் போல நாங்கள் வளைந்து நெளிந்தவாறே அவரை பின் தொடர்ந்தோம்.

'உள்ளே வாருங்கள்!' என்று அந்தக் குரல் மீண்டும் கட்டளையிட்டது.

ஆறு

நாங்கள் மூவரும் உள்ளே காலடி எடுத்து வைத்தோம். நடுத்தர அளவிலான ஒரு வரவேற்பு அறை அது. கதவுக்கு நேர் எதிரே ஒரு பழைய சோபா இருந்தது. மூன்று இடங்களில் அது கிழிந்து போய் உள்ளே திணிக்கப்பட்டிருந்த நார் வெளியே தெரிந்தது. சோபாவிற்கு முன்பாக பளிங்கு கல் மேலே வைத்த ஒரு சிறிய மேஜை இருந்தது. ஒரு காலத்தில் அது பளிங்குக் கல்லாக தோற்றமளித்திருக்கும். எங்களுக்கு இடது புறத்தில் புராதன புத்தக அலமாரி ஒன்று இருந்தது. அதில் சுமார் 15 புராதனமான புத்தகங்கள் தெரிந்தன. இந்த புத்தக அலமாரிக்கு மேலே ஒரு பித்தளை குடுவை இருந்தது. அதில் தூசி படிந்த பிளாஸ்டிக் பூக்கள் சொருகப்பட்டிருந்தன. அவற்றின் நிறத்தை ஊகிப்பது மிகவும் கடினம். சுவற்றில் சட்டமிடப்பட்ட புகைப்படம் ஒன்று தொங்கிக் கொண்டிருந்தது. எனினும் அதன் கண்ணாடியில் படிந்திருந்த தடித்த தூசியினால் புகைப்படம் இருப்பதே தெரியவில்லை. அது ஒரு குதிரையின் படமாக இருக்கலாம். அல்லது ட்ரெயினாகக் கூட இருக்கலாம்.

சோபாவிற்கு பக்கத்திலேயே இருந்த இன்னொரு மேஜையில் ஒரு பிலிப்ஸ் ரேடியோ இருந்தது. அதற்கு பெலுடாவை விட அதிக வயதாகி இருக்கும் என்றே நினைத்துக் கொண்டேன். இன்னமும் அது வேலை செய்து கொண்டிருந்தது என்பதுதான் ஆச்சரியமான ஒன்று. நாங்கள் முன்பு கேட்ட மெல்லிய இசை ஒலி அதிலிருந்ததுதான் வந்து கொண்டிருந்தது. இப்போது மெலிதான, நரம்புகள் வெளியே தெரிந்த, வெளுத்த கை ஒன்று நீண்டு அந்த ரேடியோவின் குமிழை திருகி அதை நிறுத்தியது. அந்த கையின் சொந்தக்காரர் சோபாவில்தான் அமர்ந்து எங்களையே உற்றுப் பார்த்துக் கொண்டிருந்தார். அவரது மடியில்

ஒரு தலைகாணி இருந்தது. அவரது இடது கால் ஒரு சிறிய ஸ்டூலின் மேல் நிலைத்திருந்தது. அவரது தோலின் நிறத்திலிருந்தே அவரது முன்னோர்களில் யாரோ ஒருவர் நிச்சயமாக பிரிட்டிஷ்காரராக இருக்க வேண்டும் என்பது நன்றாகவே தெரிந்தது. இன்னும் நரைத்துப் போகாத ஒன்றிரண்டு முடிக்கற்றைகள் வெளிர் மஞ்சள் நிறத்தில் தெரிந்தன. அவரது கண்களின் நிறத்தை ஊகிப்பது கடினமாக இருந்தது. ஏனென்றால் அந்த அறையில் எரிந்த கொண்டிருந்து பல்ப் 25 வாட்ஸிற்கு மேலிருக்காது.

'தசைப்பிடிப்பால் நான் அவதிப்படுகிறேன். அதனால் என்னால் நகர முடியாது' என்று அந்த நபர் விளக்கினார். 'எனது வேலைக்காரனின் உதவியோடுதான் நான் நகர வேண்டும். அந்த முட்டாளோ சமயம் கிடைக்கும் போதெல்லாம் காணாமல் போய்விடுகிறான்' என்றார் அவர்.

ஃபெலுடா எங்களை அறிமுகப்படுத்தி விட்டு நேரடியாக விஷயத்திற்கு வந்தார். எங்களது இந்த திடீர் வருகை அந்த முதியவருக்கு எரிச்சலூட்டியிருந்தாலும் அவர் அதை வெளிக்காட்டிக் கொள்ளவில்லை.

'ஒரு சில தகவல்களை தெரிந்து கொள்ளத்தான் நாங்கள் வந்தோம். 19 ஆம்நூற்றாண்டில் இந்தியாவிற்கு வந்த தாமஸ் காட்வின் சந்ததியினர்தானே நீங்கள்?'

அந்த முதியவர் விழிகளை உயர்த்தி ஃபெலுடாவை உற்றுப் பார்த்தார். அவரது கண்கள் மெல்லிய நீல நிறமானவை என்பதை இப்போது என்னால் உணர முடிந்தது. அவர் சற்றுநேரம் உற்றுப் பார்த்து விட்டுக் கேட்டார். 'என்பாட்டனுக்கு முப்பாட்டனைப் பற்றி உங்களுக்கு எப்படித் தெரியும்?'

'அப்படியென்றால் என் ஊகம் சரிதானே?'

'ஆமாம். அதற்கு மேலும் இருக்கிறது.'

'தாமஸ் காட்வினுக்கு சொந்தமான ஒரு பொருள் இன்னமும் என்னிடம் இருக்கிறது. என் பாட்டி சொல்லித்தான் எனக்கே தெரியும். 150 வருடங்கள் ஓடிவிட்டன அடக் கடவுளே!'

'ஏன், என்ன ஆயிற்று?'

'அந்த பொறுக்கி ஆர்கிஸ் ஒரு மோசக்காரன் ஏமாற்றுப்பேர்வழி. நேற்று இரவுதான் அதை என்னிடமிருந்த வாங்கிச் சென்றான். இன்று திரும்பித் தந்து விடுவதாகவும் கூறினான். இன்று மாலை

அவர்களது கூட்டம் இருக்கிறது. இன்று வியாழக்கிழமைதானே? சரிதான். இன்னும் கொஞ்ச நேரத்தில் மேலிருந்து விசித்திரமான சத்தம் உங்களுக்கும் கேட்கும். இன்னும் ஓரிரு நிமிடங்கள் தான்... அப்புறம் அந்த சத்தம் துவங்கிவிடும்.'

முன்பை விட அந்த அறை இருளடைந்து போனதாகத் தோன்றியது. ஒரு வேளை நான் குழப்பமாக இருந்ததால் இருக்குமோ? அல்லது இருள் ஏற்கனவே கவிந்துவிட்டதா இல்லை. எங்கோ இடி இடிக்கும் சத்தம் கேட்டது. வானமும் மூட்டமாக இருந்தது. எனவே அந்த அறை இருளடைந்து கொண்டிருந்ததில் வியப்பேதுமில்லை.

திரு. காட்வினை நேருக்கு நேர் பார்த்தது போல் கையில்லாத ஒரு நாற்காலியில் அமர்ந்திருந்தார் ஃபெலுடா. அவருக்கு பக்கத்தில் ஒரு ஈசிசேரில் அமர்ந்திருந்தார் லால்மோகன் பாபு. என்றாலும் அவர் அமைதியாக அமர்ந்திருந்தது போல் தோன்றவில்லை. ஏனென்றால் அவர் தனது நாற்காலியில் அங்குமிங்குமாக நகர்ந்து கொண்டு அமைதியற்று இருந்தார். அதைப் பார்த்தால் அந்த நாற்காலியில் நிறையவே மூட்டைப் பூச்சி இருக்கும் போல் தெரிந்தது. ஃபெலுடா திரு. காட்வினையே உற்றுப் பார்த்துக் கொண்டிருந்தார். அவர் எதுவுமே பேசாமல் இருந்தபோதிலும் நீங்கள் விரும்புவதை எல்லாம் என்னிடம் சொல்லலாம். அதைக் கேட்கத்தான் நான் இங்கு வந்திருக்கிறேன் என்று சொல்வது போலத்தான் அவரது தோரணை இருந்தது.

திரு.காட்வின் சொன்னார். 'அது தந்தத்தினால் ஆன சிறிய பெட்டி. அதில் ஒரு சில பொருட்கள் இருந்தன. பழைய பைப்புகள் இரண்டு வெள்ளியால் ஆன ஒரு மூக்குப்பொடி டப்பா, மூக்குக் கண்ணாடி அதோடு பட்டுத்துணியால் சுற்றப்பட்ட ஒரு பார்சல். அநேகமாக அதில் ஒரு புத்தகம் இருக்கலாம். அதைத் திறந்து பார்க்க வேண்டும் என்று நான் நினைக்கவேயில்லை. எங்களிடம் நிறையவே புராதன கொருட்கள் இருந்தன. ஊர் சுற்றியான என் மகன்தான் எல்லாவற்றையும் விற்றுத் தொலைத்துவிட்டான். கல்லூரியிலிருந்தும் நின்று விட்டான். பின்பு கஞ்சா புகைக்கத் துவங்கினான். அதன் பிறகுதான் இந்த வீட்டிலிருந்த பல்வேறு பொருட்களையும் எடுத்துச் செல்லத் துவங்கினான். இந்த பெட்டியை அவன் ஏன் எடுத்துச் செல்லவில்லை என்றுதான் எனக்குப் புரியவில்லை. ஒரு வேளை அதற்குள் அவனது அதிர்ஷ்டம் மாறியதால் இருக்கலாம்.

எனவே எதையும் எடுத்துக் கொண்டு போய் விற்க வேண்டிய அவசியம் ஏற்படவில்லை. அவன் ஒரு இசைக் குழுவை உருவாக்கினான். இதை ஒரு வாழ்க்கை என்றுசொன்னீர்களானால் அவன் சம்பாதிப்பதை கொண்டுதான் நாங்கள் வாழந்து வருகிறோம். என்றாலும் இதைப்பற்றி பேச நான் யார்? அல்லது எனது மகனை நான் எப்படிக் குறை சொல்லமுடியும்? இதில் பெரும்பாலானவை எனது தவறால்தான் நடந்தது. தாமஸ் காட்வின் தனது சொத்துக்களை எல்லாம் சூதாட்டத்தில்தான் இழந்தார் என்று நான் கேள்விப்பட்டிருக்கிறேன். எனக்கும் அதே பலவீனம் இருந்தது.'

திரு. காட்வின் பேசுவதை நிறுத்தினார். நீண்டநேரம் பேசியதால் அவருக்கு மூச்சு இரைத்தது. பின்பு சற்றே முகத்தை சுருக்கிக் கொண்டார். நிச்சயமாக தசைப்பிடிப்பு அவருக்கு தொல்லை கொடுக்கத்தான் செய்தது. என்றாலும் அவர் பேச்சைத் தொடர்ந்தார்.

'நான் இளைஞனாக இருந்த போது ஒரு முறை இங்கிலாந்திற்கு சென்றிருந்தேன். எனது சித்தப்பா லண்டனில் மிட்லேண்ட் வங்கியில் காசாளராக பணியாற்றி வந்தார். என்னால் மூன்றே மூன்று மாதங்கள்தான் அங்கே தாக்குப்பிடிக்க முடிந்தது. அந்தக் குளிரை என்னால் தாங்கவே முடியவில்லை. அந்த உணவும் எனக்கு ஒத்துக் கொள்ளவில்லை. எனவே நான் கல்கத்தாவிற்கு திரும்பி வந்துவிட்டேன். இங்கு வந்ததும் திருமணம் செய்து கொண்டேன். பத்து ஆண்டுகளுக்கு முன்புதான் என் மனைவி இறந்துபோனார். எனக்கு இப்போது கிறிஸ்டோஃபர் மட்டும்தான். அவனை அவ்வப்போது பார்ப்பதுண்டு. அநேகமாக தினமும் ஒரு முறை. சில நேரங்களில் அதுவும் இல்லை. அவன் வீட்டில் இருக்கும்போது அவன் அறையில்தான் கிடார் வாசித்துக் கொண்டிருப்பான். ஆமாம். அவன் நன்றாகவே கிடார் வாசிப்பான்.

எங்கள் தலைக்கு மேலே விசித்திரமான ஒரு சத்தம் கேட்கத் துவங்கியது. டப்... டப்... டப்... டப்..டப்... அவ்வப்போது அந்த சத்தம் நின்று மீண்டும் ஒலிக்கத்துவங்கும். நிழல்கள் அங்குமிங்குமாக அசையத் துவங்கின. மேலிருந்து எழுந்த அந்த சத்தத்தின் விளைவாக மேலே தொங்கிக் கொண்டிருந்த அந்த விளக்கு அப்படியும் இப்படியுமாக அசையத் துவங்கியது. இப்போது லால்மோகன் பாபுவைப் போலவே எனக்கும் பயமாகத்தான் இருந்தது. இது போன்றதொரு வீட்டிற்கு நான் வந்ததேயில்லை

அல்லது இது போன்ற அறையையும் பார்த்ததே இல்லை. யாரிடமும் இதுபோன்ற கதைகளையும் கேட்டதே இல்லை. மேலே என்னதான் நடக்கிறது?

காட்வின் ஏறெடுத்துக்கூட மேலே பார்க்கவில்லை. அவர் சர்வசாதாரணமாக எங்களிடம் சொன்னார். 'அந்த மேஜைதான் இப்படி சத்தம் போடுகிறது. நான்கு மோசடிப் பேர்வழிகள் அதைச் சுற்றி உட்கார்ந்திருக்கிறார்கள். இறந்தவர் ஒருவரின் ஆவி ஒன்று அதை பிடித்திருப்பதாகவும் அதனால்தான் அந்த மேஜை குதிக்கிறது என்றும் அவர் கூறுகிறார்கள்.'

'அவர்கள் யார்?'

'எல்லோரும் அர்கிஸ் ஆட்கள்தான். அமானுஷ்ய சக்தி பற்றி ஆராய்வதற்கான கழகம் அது. இரண்டு யூதர்கள், ஒரு பார்ஸி, ஆர்கிஸ் ஆகியோர்தான் அதில் இருக்கின்றனர். என்னையும் அந்தக் கூட்டத்தில் சேர்ப்பதற்கு அவர்கள் முயற்சித்தார்கள். ஆனால் நான்தான் மறுத்து விட்டேன். ஒரு நாள் ஆர்கிஸுக்கு முன்பாக தாமஸ் காட்வினைப் பற்றி நான் ஏதோ சொன்னேன். அவரோடு பேசுவதற்கு ஏற்பாடு செய்ய தன்னால் முடியும் என்று அவன் சொன்னான். நிச்சயமாக வேண்டாம் என்று நான் சொல்லிவிட்டேன். சமீபத்திலோ அல்லது கொஞ்ச நாட்களுக்குப் பிறகோ நான் அவரை எப்படியிருந்தாலும் சந்திக்கத்தான் போகிறேன். பின்புதான் நேற்று ஆர்கிஸ் சொன்னான்...'

காட்வின் பேச்சை நிறுத்தினார். மேஜை திரும்பவும் குதிக்கத் துவங்கியிருந்தது.

'அந்த பெட்டியை அவர் ஏன் உங்களிடம் இருந்து எடுத்துச் சென்றார்?'

'ஆமாம். அந்த விஷயத்திற்கு வருகிறேன். நான் அந்த இடத்தில் இல்லாமலிருந்தாலும்கூட தாமஸ் காட்வினின் ஆவியை தன்னால் தொடர்பு கொள்ள முடியும் என்று ஆர்கிஸ் என்னிடம் சொன்னான். அதற்கு தேவைப்படுவதொல்லாம் அவருக்கு சொந்தமான ஏதாவது ஒரு பொருள்தான். இந்த சத்தத்தை கேட்கும்போது. அவர்கள் அதில் வெற்றியடைந்து விட்டார்கள் என்றுதான் தோன்றுகிறது.'

டப்... டப்..டப்... மேஜை மீண்டும் குதித்தது.

'இதை எல்லாம் இருட்டும் நேரத்தில்தானா செய்வார்கள்?' என்று கேட்டார் ஃபெலுடா.

'மோசடிச் செயல்கள் எல்லாமே இருட்டில்தான் நடைபெறுகின்றன' என்று பதிலளித்தார் காட்வின். அவரது குரலில் கேலி கொஞ்சம் தூக்கலாகவே இருந்தது.

'நாங்கள் மேலே போய் பார்க்கலாமா?'

இதைக் கேட்டதுமே லால்மோகன் பாபு தனது நாற்காலியின் கைகளை இறுகப் பிடித்துக் கொண்டார். அதை அவர் விரும்பவில்லை என்பது நன்றாகவே தெரிந்தது. திரு.காட்வின் கொடுத்த பதில் அவருக்கு நம்பிக்கை ஊட்டுவதாக இருந்தது.

திரு.காட்வின் சொன்னார். 'அவர்கள் உங்களை அறைக்குள் விடமாட்டார்கள். அந்த சலுகை உறுப்பினர்களுக்கு மட்டும்தான். அர்கிஸ் இடம் ஒரு வேலைக்காரன் இருக்கிறான். நுழைவாயிலில் அவன்தான் காவலுக்கு இருப்பான். என்றாலும் ஏதாவது ஆவியை தொடர்பு கொள்ள வேண்டுமென்று அவர்களது உதவியை நாடினால் அவர்களை அனுமதிப்பார்கள். முன்பணமாக 20 ரூபாய் கொடுக்க வேண்டும். அவர்கள் விரும்பிய அந்த ஆவி வந்ததென்றால் இன்னும் ஒரு நூறு ரூபாய் கொடுக்க வேண்டும்.'

'அப்படியா?'

ஃபெலுடா இருக்கையை விட்டு எழுந்தார். 'மிக்க நன்றி மிஸ்டர் காட்வின். நீங்கள் எங்களுக்கு மிகவும் உதவியாக இருந்தீர்கள். மிக்க நன்றி. உங்களை தொந்தரவு செய்ததாக கருதினால் எங்களை மன்னித்துக் கொள்ளுங்கள்.'

'இரவு வணக்கம்.'

காட்வினின் வெளுத்துப் போன, மெலிந்த கரம் மீண்டும் ஒரு முறை நீண்டு ரேடியோவை இயக்கியது.

நாங்கள் மீண்டும் அந்தத் தளத்தின் முன்புறத்திற்கு வந்து சேர்ந்தோம். அதன் பிறகு ஃபெலுடா செய்தது என்னை மிகுந்த வியப்பிற்கு ஆளாக்கியது. மிகவும் இருட்டாக இருந்ததால் லால் மோகன் பாபுவின் உணர்ச்சிகளை என்னால் பார்க்க முடியவில்லை. கீழே செல்வதற்குப் பதிலாக ஃபெலுடா அடுத்த மாடிக்கு செல்வதற்கான படிகளில் ஏறத் தவங்கினார்.

'ஃபெலு பாபு! நீங்கள் என்ன செய்கிறீர்கள்? அந்த படிக்கட்டு கீழே போவதற்கல்ல, மேலே போவதற்கு!' என்று லால்மோகன் பாபு அவசர அவசரமாக சொன்னார்.

'வாருங்கள், பயப்படாதீர்கள்!' என்பதுதான் பதிலாக வந்தது.

லுங்கியை கட்டிக் கொண்டு அர்கிஸின் வேலைக்காரன் முன்வாயில் நின்று கொண்டிருந்ததைப் பார்த்தோம்.

'யாரையாவது தேடி வந்திருக்கிறீர்களா?' என்று கேட்டான் அந்த வேலையாள்.

'உனக்கு உதவி செய்வதற்காகத்தான் நாங்கள் இங்கு வந்திருக்கிறோம்' என்று சொன்ன ஃபெலுடா ஒரு ஐந்து ரூபாய் நோட்டை வெளியே எடுத்து அந்த வேலையாளிடம் நீட்டுவதைப் பார்த்தேன். அந்த வேலையாள் திகைப்படைந்ததாகத் தோன்றியது. ஃபெலுடா அவனுக்கு நெருக்கமாகச் சென்று அவன் காதுகளில் முணுமுணுத்தார். உனது எஜமானர் அவரது நண்பர்களுடன் அமர்ந்திருக்கின்ற அந்த அறை எல்லா பக்கத்திலும் பூட்டியிருக்கிறதா? என்று மட்டும் என்னிடம் சொல்லி விடு.

அந்தப் பணம் மந்திரம் போட்டதுபோல் வேலை செய்யத் துவங்கியது என்றுதான் நினைக்கிறேன். அந்த மனிதன் சொன்னார். 'அந்த அறைக்கு இரண்டு கதவுகள் உண்டு. நுழைவாயிலுக்கு எதிராக இருக்கும் கதவு உள்ளே பூட்டியிருக்கும். மற்றொரு கதவு படுக்கையறைக்குப் போகும் வழி. அந்த கதவு திறந்துதான் இருக்கும்.'

ஃபெலுடா மேலும் சொன்னார். 'நீ எதுவும் செய்ய வேண்டாம். படுக்கையறைக்கு போகும் வழி எது என்று மட்டும் எங்களுக்கு காட்டி விடு. அப்படி செய்யவில்லை என்றால் உனக்கு பிரச்சனை தான். நாங்கள் போலீஸிலிருந்து வருகிறோம். இவர்தான் இன்ஸ்பெக்டர்.'

இது காதில் விழுந்ததுமே லால்மோகன் பாபு தனது கால் கட்டை விரலில் நின்று தனது உயரத்தை மேலும் இரண்டு இன்ச் அதிகரித்துக் கொண்டார். இந்த இடத்தில் கொஞ்சம் வெளிச்சம் இருந்தது. ஃபெலுடா அந்த ரூபாய் நோட்டை வேலையாளின் கையில் திணித்தார். அந்த கை அதை வாங்கி கைகளுக்குள் மறைத்துக் கொண்டது.

'என்னோடு வாருங்கள். ஆனால்...'

'ஆனால் போனால் எல்லாம் கிடையாது. உங்கள் எஜமானரின் நண்பர்களில் ஒருவரை தேடித்தான் நாங்கள் இங்கே வந்திருக்கிறோம். அவரை சந்தித்து விசாரிக்க வேண்டும். உனக்கோ அல்லது மிஸ்டர் அர்கிஸுக்கோ எந்த பாதிப்பும் இருக்காது. நான் உறுதியாகச் சொல்கிறேன்.'

Diary

'என்னை பின்தொடர்ந்து வாருங்கள்.'

படுக்கையறை கும்மிருட்டாக இருந்தது. மற்றொரு கதவின் வழியாக அடுத்த அறைக்கு செல்ல வழி இருந்தது. அந்த அறையும் இருட்டாகத்தான் இருந்தது. எல்லாமே அமைதியாக இருந்தது. என்றாலும் சற்று நேரத்திற்கு முன்புதான் அந்த மேஜை மூன்று முறை துள்ளிக் குதித்ததை நாங்கள் கேட்டிருந்தோம். தாமஸ் காட்வினின் ஆவி வருவதற்காக அந்த அறையிலிருப்பவர்கள் மிகுந்த ஆவலுடன் அமைதியாக காத்திருக்கிறார்கள் என்றுதான் தோன்றியது. லால்மோகன் பாபு கொஞ்சம் வேகமாகவே மூச்சு விட்டார். நாங்கள் அங்கே இருக்கிறோம் என்பதை இந்த சத்தம் காட்டிக் கொடுத்து விடுமோ என்று நான் பயப்பட்டேன். ஃபெலுடா அந்த கதவிற்கு மிக அருகே சென்று விட்டதாகத்தான் தோன்றியது. கெரசின் வாசனை எங்கிருந்தோ வந்தது. ஒரு பூனை மெதுவாக குரல் கொடுத்தது. கீழ் தளத்தில் இருந்த அந்த கறுப்புப் பூனையாகத்தான் இருக்கும்.

'தாமஸ் காட்வின்! தாமஸ் காட்வின்!'

இந்துப் பெயரை இரண்டு முறை அழைத்த குரல் கரடுமுரடாகவும் உடைந்துபோயும் இருந்தது. அது கேட்பதற்கு ஏதோ முனகலைப் போல இருந்தது. இப்படித்தான் ஆவியை அழைப்பார்கள் என்பது போல தோன்றியது.

'எங்களோடுதான் இருக்கிறீர்களா? எங்களோடுதான் இருக்கிறீர்களா?'

பதில் இல்லை. எந்த சத்தமும் இல்லை. இப்படியே அரை நிமிடம் போனது. பின்பு அதே கேள்வி மீண்டும் எழுப்பப்பட்டது. இந்த முறை கொஞ்சம் அவசரமாக கேட்டது போலிருந்தது.

'தாமஸ் காட்வின்... நீங்கள் எங்களோடுதான் இருக்கிறீர்களா?'

'ஆமாம்.!'

எனக்கு பக்கத்தில் கால் ஒன்று வேகமாக ஆடுவதை என்னால் உணர முடிந்தது. இல்லை. ஆடுவது மேஜையின் கால் அல்ல; ஒரு மனிதன் கால்தான் அப்படி ஆடியது. சரியாகச் சொல்ல வேண்டுமென்றால் லால்மோகன் பாபுவின் முழங்கால்தான் அப்படி ஆடிக் கொண்டிருந்தது.

'ஆமாம். நான் வந்து விட்டேன். இங்கேதான் இருக்கிறேன்!'

அந்தக் குரல் இங்கே என்று கூறியபோதிலும் தொலை தூரத்திலிருந்து பேசுவது போலத்தான் மெல்லியதாகக் கேட்டது.

அந்தக் கும்பல் கேள்விகளை கேட்கத் துவங்கியது. நீங்கள் மகிழ்ச்சியாக இருக்கிறீர்களா? மன நிம்மதியுடன் இருக்கிறீர்களா?

'இல்லை...!' என்று பதில் வந்தது.

'ஏன் மகிழ்ச்சியாக இல்லை?'

மீண்டும் அமைதி. திரு. அர்கிஸும் அவரது நண்பர்களும் கிட்டத்தட்ட ஒரு நிமிடம் காத்திருந்து விட்டு மீண்டும் அதே கேள்வியை கேட்டார்கள். 'ஏன் மகிழ்ச்சியாக இல்லை?'

'எனக்கு... எனக்கு... எனக்கு... வேண்டும்... என்னுடைய பெட்டி!'

இதைத் தொடர்ந்து விசித்திரமான சம்பவங்கள் நிகழ்ந்தன. அடுத்த அறையில் யாரோ கர்ண கடூரமாக அலறினார்கள். அந்த அலறல் பயத்தினால் வந்தது. அடுத்த கணத்தில் யாரோ என் சட்டையை பிடித்து வேகமாக இழுத்தார்கள். என் காதுகளுக்கு அருகே ஒரு குரல் கிசுகிசுத்தது. 'தொப்ஷே! வா போகலாம்!'

வெளியே நின்றுகொண்டிருந்த அந்த வேலையாள் நாங்கள் வேகமாக வெளியே வந்ததைப் பார்த்து திகைத்துப் போனபோதிலும் எங்களைத் தடுத்து நிறுத்தவோ அல்லது படிகளில் எங்களை பின்தொடரவோ முயற்சிக்கவில்லை. ஒரு நிமிடத்திற்குப் பிறகு நாங்கள் ரிப்பன் சந்தை விட்டு கிளம்பி ராய்ட் தெருவில் நிறுத்திவைக்கப்பட்டிருந்த எங்கள் காரை நோக்கி நடந்து சென்று கொண்டிருந்தோம்.

லால்மோகன் பாபு தெளிவான குரலில் கூறினார். 'அது ஒரு சிறப்புக் காட்சிதான். இதே போன்ற ஒரு காட்சியை சினிமாவில் மட்டும் காட்டினால் இதுவரை வசூலான வெற்றிப் படங்களை எல்லாம் தோற்கடித்து விடும்!'

இந்தப் பாராட்டிற்கான காரணம் மிகவும் எளிதானது. நவாப் சதாத் அலி தாமஸ் காட்வினுக்கு பரிசாக அளித்திருந்த அந்த தந்தப் பெட்டி இப்போது ஃபெலுடாவின் கைகளில் இருந்தது.

ஏழு

அடுத்த நாள் காலையில் ஃபெலுடா அவராகவே என்னை தனது அறைக்கு அழைத்தார். முந்தைய நாள் இரவு லால் மோகன் பாபு எங்களை வீட்டில் இறக்கி விட்டுச் சென்ற அரை மணி நேரத்திற்குள் ஃபெலுடா குளித்து விட்டு இரவு உணவையும் முடித்திருந்தார். பின்பு நேராக அவரது அறைக்குச் சென்று கதவை மூடிக் கொண்டார். அன்று இரவு என்னால் நன்றாக தூங்கவே முடியவில்லை. விசித்திரமானதொரு மர்மத்திற்குள் நாங்கள் இழுக்கப்பட்டிருக்கிறோம் என்று நன்றாகவே தெரிந்தது. சுரங்கப் பாதைக்குள் வழி தவறியதைப் போல் தோன்றியது. லக்னோவில் பூல் புலையாவில் இருந்ததைவிட இந்த பாதை மேலும் சிக்கலானதாக இருப்பதாகவே தோன்றியது. எங்கே எப்படி திரும்புவது என்றே தெரியவில்லை. ஃபெலுடா மட்டும்தான் எனது ஒரே நம்பிக்கை. என்றாலும் இந்த மாயவலையிலிருந்து வெளியே வருவதற்கான வழி ஃபெலுடாவிற்கு தெரியுமா?

நான் உள்ளே நுழைந்தபோது ஃபெலுடா அவரது படுக்கையில் அமர்ந்திருந்தார். அவருக்கு முன்னால் தாமஸ் காட்வினின் தந்தப் பெட்டி இருந்தது. அதற்குள் இருந்த பொருட்கள் எல்லாம் இப்போது படுக்கையில் சிதறிக் கிடந்தன. இரண்டு வெள்ளை குழாய்கள் இருந்தன. அதற்குள் புகையிலையை நிரப்பிக் கொள்ளலாம். இது நான் பார்த்த குழாய்களிலிருந்து முற்றிலும் வித்தியாசமானதாக இருந்தது. ஒரு மூக்குப் பொடி டப்பா. தங்க ஃப்ரேம் போட்ட மூக்கு கண்ணாடி. சிவப்புத் தோலால் பைண்ட் செய்யப்பட்ட நான்கு குறிப்பேடுகள். அவற்றின் ஒவ்வொன்றின் மேல் பக்கத்திலும் டைரி என்று பொன் எழுத்துக்களால் பொறிக்கப்பட்டிருந்தது. அவற்றை ஒன்றாகக் கட்ட

பயன்படுத்தப்பட்ட பட்டுத் துணி ஒரு ஓரத்தில் கிடந்தது. ஃபெலுடா அந்த குறிப்பேட்டில் ஒன்றை எடுத்து நீட்டினார். 'முதல் பக்கத்தை புரட்டிப் பார்! ஆனால் ஜாக்கிரதையாக!'

'தாமஸ் காட்வின் மகள் ஏன்? கார்லெட் காட்வினின் டைரியா இது?'

'ஆமாம். இவை எல்லாமே அவர் எழுதிய டைரிதான். 1858லிருந்து 1862 வரை. அவரது எழுத்தும் அவரது மொழிநடையைப் போலவே மிகத் தெளிவாகவும் எளிமையாகவும் உள்ளது. இது அனைத்தையும் படித்து முடிக்கவே எனக்கு இரவு முழுவதும் ஆகிவிட்டது. கொஞ்சம் கற்பனை செய்து பார். விலை மதிப்பில்லாத இந்தப் பொருள் ரிப்பன் சந்தில் இருளடைந்த ஒரு மூலையில் தூங்கிக் கொண்டிருந்தது. என்னால் நம்பவே முடியவில்லை.'

நான் முதல் பக்கத்தை உற்றுப் பார்த்துக் கொண்டிருந்தேன். அதை புரட்டும் தைரியம் எனக்கு வரவில்லை. ஒவ்வொரு பக்கமும் மிகவும் மென்மையாக, தொட்டால் நொறுங்கி விடுவது போல் இருந்ததுதான் அதற்குக் காரணம்.

'அர்கிஸ் இந்த டைரியை திறந்து பார்த்திருக்கிறார்' என்றார் ஃபெலுடா.

'உங்களுக்கு எப்படித் தெரியும்?'

'இதன் பக்கங்களை அவசரமாகவோ கவனமில்லாமலோ புரட்டினால் வலது பக்க மூலை உடைந்து விடுகிறது. இதோபார்!' என்று ஃபெலுடா எனக்கு செய்து காண்பித்தார். அவர் மேலும் சொன்னார். 'இதோ இந்த ரிப்பனை பார். நூறு ஆண்டுகளாக கட்டப்பட்டு, முடிச்சு போட்ட நிலையிலேயே இருந்ததால் ஒரு சில இடங்கள் நைந்து போயிருக்கிறது என்றாலும் இதோ பார்! நைந்து போன இந்தப் பகுதிகளைத் தவிர வேறு சில இடங்களிலும் ரிப்பன் கசக்கி, முறுக்கிய நிலையில் இருக்கிறது. இது ஏனென்றால் புதிதாக ஒரு முடிச்சு போடப்பட்டதால்தான். இந்த முடிச்சை யார் அவிழ்த்ததார்களோ அவர்கள் அதே இடத்தில் முடிச்சு போட முயற்சிக்கவில்லை. அப்படி போட்டிருந்தால் இந்த புத்தகத்தை யாரோ எடுத்துப் பார்த்திருக்கிறார்கள் என்ற சந்தேகம் எழுவதே கடினமாகியிருக்கும்.'

'உங்கள் விரலில் அது என்ன கறுப்புக் கறை?' என்று கேட்டேன். ஃபெலுடாவின் அறைக்குள் நுழைந்தவுடனேயே அந்தக் கறையை நான் கவனித்திருந்தேன்.

'இது மற்றுமொரு விடைக்கான திறவுகோல். என்றாலும் அதைப் பற்றி நான் அப்புறம் சொல்கிறேன். அந்த மூக்குப் பொடி டப்பாவிலிருந்து வந்தது இது!'

'இந்த டைரிகளிலிருந்து உங்களுக்கு தெரிவது என்ன?' என்று மூச்சுத் திணறியபடி நான் கேட்டேன்.

'தாமஸ் காட்வினின் கடைசி சில வருடங்களைப் பற்றி இந்த டைரி குறிப்பிடுகிறது. அந்த நேரத்தில் அவர் ஓட்டாண்டியாகவும், தொட்டாச் சிணுங்கியாகவும் இருந்திருக்கிறார். அவரது மகன்களில் ஒருவர் ஏற்கனவே இறந்து போயிருக்கிறார். மற்றொரு மகன் டேவிட் ஐ அவர் விரும்பவுமில்லை; நம்பவும் இல்லை.'

'இன்னும் சொல்லப்போனால் அவரது மகள் கார்லெட் உட்பட யாரையுமே அவர் நம்பவில்லை. என்றாலும் கார்லெட் அவர் மீது அன்பு செலுத்தினார்; அவருக்காக பிரார்த்தனை செய்தார்; தன்னால் இயன்ற வகையில் அவரை பாதுகாத்து வந்திருக்கிறார். அவர் வைத்திருந்த எல்லாவற்றையும் சூதாட்டத்திலேயே அழித்துவிட்டார். உள்ளூரில் இருந்த ஆங்கிலேய பெண்களுக்கு துணி தைப்பது தரை விரிப்பு நெய்வது ஆகியவற்றின் மூலம் கார்லெட் கொஞ்சம் பணத்தைத்தான் சம்பாதித்தார். நவாபிடமிருந்து காட்வினுக்கு கிடைத்த விலை மதிப்பற்ற பொருட்களில் பெரும்பகுதியை விற்று விட்டிருந்தார். அவரிடம் மூன்றே பொருட்கள்தான் மிச்சமிருந்தன. அந்த தந்தத்தினால் ஆன பெட்டி, மூக்குப்பொடி டப்பா. இவை இரண்டையுமே அவர் கார்லெட் எடுத்துக் கொள்ள அனுமதித்தார். மூன்றாவது பொருள் சதாத் அலி முதன் முதலாக அவருக்கு கொடுத்த பரிசாகும்.'

'அதையும் அவர் கார்லெட்டுக்கு கொடுதது விட்டாரா?'

'இல்லை. அதை அவர் யாருக்கும் கொடுக்கவில்லை. அவர் இறப்பதற்கு முன்னால் அதை தனது உடலோடு சேர்த்து புதைத்து விடும்படி மகளிடம் சொல்லியிருந்தார். கார்லெட்டும் அதன்படியே செய்தார். இதன் மூலம் மிகுந்த மனநிறைவையும் பெற்றார்.'

'அந்தப்பொருள் என்ன?'

'கார்லெட் இந்த டைரியில் அதை அப்பாவின் மதிப்பிடற்கரிய பெரிகல் ரிப்பீட்டர் என்று குறிப்பிடுகிறார்.'

'அப்படியென்றால்?'

'அதில்தான் உன் பெலுடாவிற்கும் எதுவும் புரியவில்லை. என்னிடம் உள்ள அகராதியின் படி அது துப்பாக்கி -

கைத்துப்பாக்கியை போன்றது அல்லது கைக்கடிகாரமாக இருக்க வேண்டும். பெரிகல் என்பது அதை தயாரித்தவரின் பெயராக இருக்கக்கூடும். சித்து சித்தப்பாவாலும் கூட இதைப்பற்றி உறுதியாகக் கூற முடியவில்லை. இன்று அதிகாலையிலேயே நீ எழுந்திருப்பதற்கு முன்பாக அவரது வீட்டிற்கு போய்விட்டு வந்தேன். இப்போது விகாஸ் சக்கரவர்த்தியிடம்தான் பேச வேண்டும். இந்த விஷயத்தில் அவரால் ஏதாவது விளக்கம் அளிக்க முடியுமா, என்று பார்க்க வேண்டும்.'

பார்க் தெருவில் உள்ள பார்க் ஏல நிறுவனத்தில்தான் விகாஸ் சக்ரவர்த்தி வேலை செய்து வந்தார். ஃபெலுடாவிற்கு அவரை நன்றாகத் தெரியும். ஒரு வழக்கு விஷயமாக ஃபெலுடா அடிக்கடி விசாரணைக்காக அந்த ஏலக் கடைக்கு போக வேண்டியிருந்தபோதுதான் அவர்களிருவரும் நெருக்கமாக ஆனார்கள். அப்போது பலமுறை அவர் அந்தக் கடைக்கு போக வேண்டியிருந்தது.

'சில நாட்களுக்கு முன்புதான் அந்தக் கடை பக்கமாக போயிருந்தேன். அந்தக் கடையின் ஜன்னல் ஓர கண்ணாடியில் ஏராளமான பழைய கடிகாரங்கள் காட்சிக்கு வைக்கப்பட்டிருந்தன. காட்வினின் ரிப்பீட்டர் என்பது துப்பாக்கியாக இருக்காது. அது ஒரு கடிகாரமாகத்தான் இருக்கும் என்றே நான் உறுதியாக நம்புகிறேன்.'

அதன்பிறகு கார்லெட் காட்வின் எழுதிய டைரியில் தான் படித்ததை எல்லாம் ஃபெலுடா சொல்லத் துவங்கினார். கார்லெட் ஒன்றுவிட்ட சகோதரி ஒருவரைப் பற்றியும் அதில் எழுதியிருந்தது. எனது அன்பிற்குரிய புத்திசாலி தனமான சகோதரி என்று கார்லெட் அவரை குறிப்பிட்டிருந்தார். இந்த சகோதரி அவரது தாத்தா தாமஸ் கோபப்படும்படி எதையோ செய்திருக்கிறார். என்றாலும் தாமஸ் இறப்பதற்கு முன் அவரை மன்னித்து ஆசிர்வதித்திருக்கிறார்.

கார்லெட் தனது இரு சகோதரர்களான டேவிட், ஜான் ஆகியவர்களைப் பற்றியும் அந்த டைரியில் நிறைய எழுதியிருந்தார். கிழக்கு சுற்றுச் சாலையில் இருந்த கல்லறை வளாகத்தில் டேவிட்டின் கல்லறையை நாங்கள் ஏற்கனவே பார்த்திருந்தோம். ஜான் இங்கிலாந்திற்கு திரும்பிச் சென்று அங்கேயே தற்கொலை செய்து கொண்டார். அதற்கான காரணம் என்னவென்று கார்லெட்டிற்கு தெரியாது.

சற்று நேரத்திற்குப் பிறகு லால்மோகன் பாபு வந்து சேர்ந்தார். அவர் சொன்னார். 'நேற்று வரையில் எனக்கு ஒருவிதமான குழப்பம் இருந்து வந்தது. புலாக் அவரது அடுத்த திரைப்படத்திற்கு கதை ஒன்று எழுதும்படி என்னிடம் சொல்லியிருந்தான். அதாவது பக்தி ரசம் சொட்டும் கதை. எனவே வீட்டில் தங்கியிருந்து கதையை எழுதத் தொடங்குவதா? அல்லது உங்களோடு சேர்ந்து நின்று, இந்த வழக்கு எப்படி போகிறது என்று பார்ப்பதா? என்ற குழப்பம் எனக்குள் இருந்து வந்தது. நேற்று நடந்த சம்பவத்திற்குப் பிறகு எனது சந்தேகமெல்லாம் பறந்து போய் விட்டது. பக்தியை விட மர்மக் கதைதான் சிறந்தது. அது போகட்டும். அந்த தந்தப் பெட்டியில் உங்களுக்கு ஏதாவது கிடைத்தா?'

'ஆமாம். அந்தப் பெட்டியில் 125 வருட புராதனமான டைரிகள் கிடைத்தது. தாமஸ் காட்வினின் கல்லறையை தோண்டிப் பார்த்தால் அதில் பெரிகல் ரிப்பீட்டரை பார்க்கலாம் என்றும் அந்த டைரி எனக்குச் சொல்லியது.'

'பீட்டர்? என்ன பீட்டர்?'

'நாம் கிளம்பலாம். எவ்வளவு பெட்ரோல் இருக்கிறது உங்கள் வண்டியில்?'

'பத்து லிட்டர் இருக்கிறது. இன்று காலைதான் போட்டேன்.'

'நல்லது. இன்று நாம் நிறைய இடங்கள் சுற்ற வேண்டியிருக்கும்.'

பார்க் தெருவில் இருந்த பார்க் ஏலக் கடைக்குள் நுழைந்ததுமே ஃபெலுடா முகத்தை சுருக்கினார்.

'மித்தர்! எப்படி இருக்கிறீர்கள்? உள்ளே வாருங்கள். இன்றைய நாள் எனக்கு பொன்னான நாள். புது வழக்கு ஒன்றிற்காக இங்கே வந்திருக்கிறீர்களா?' என்று சக்ரவர்த்தி வரவேற்றபடியே கேட்டார். நல்ல குண்டாக இருந்த அவரது கன்னங்கள் வாயிலிருந்த பீடாவினால் உப்பியிருந்தது. அவரது தோற்றம் வடக்கு கல்கத்தாவைச் சேர்ந்தவர் என்ற எண்ணத்தை எனக்குள் ஏற்படுத்தியது.

'இப்போது உங்களுக்கு ரொம்பவும் நல்ல நேரம்தான் என்று நினைக்கிறேன். மிகச் சமீபத்தில்தான் உங்களது கடையில் சிறியதும் பெரியதுமாக எட்டு கடிகாரங்கள் காட்சிக்கு வைத்திருந்ததைப் பார்த்தேன். எல்லாவற்றையும் விற்றுவிட்டீர்களா என்ன?'

'கடிகாரமா? உங்களுக்கு கடிகாரம் தேவையா என்ன? எந்த வகையான கடிகாரம்? சுவரில் மாட்டும்படியானதா? அல்லது அலாரம் அடிக்கும் கடிகாரமா?'

ஃபெலுடா இன்னமும் சுற்றுமுற்றும் பார்த்துக் கொண்டிருந்தார். இவ்வளவு நீளமான, கடினமான பெயர் கொண்ட கடிகாரத்தைப் பற்றி தெரிந்தவராக திரு. சக்ரவர்த்தி எனக்குத் தென்படவில்லை. எனினும் ஃபெலுடா அவரை கேட்கத்தான் செய்தார்.

'ரிப்பீட்டர்? அநேகமாக அது அலாரம் அடிக்கும் வகையைச் சேர்ந்த கடிகாரமாகத்தான் இருக்கும். என்றாலும் பெரிகல் என்றால் என்னவென்று எனக்குத் தெரியவில்லை. அதற்காக கவலைப்பட வேண்டாம். கடிகாரங்களைப் பற்றி நன்றாகத் தெரிந்த ஒருவரை எனக்குத் தெரியும். அவரது வீட்டில் 250 கடிகாரங்கள் இருக்கின்றன என்று கேள்விப்பட்டிருக்கிறேன். அவர் ஒரு கடிகார பைத்தியம் என்றே சொல்லி விடலாம்.'

'உண்மையாகவா? யார் அவர்?'

'திரு.சௌதுரி. மஹாதேவ் சௌதுரி.'

'வங்காளியா?'

'ஆமாம். ஆனால் மேற்கிந்தியாவில் அல்லது வடக்கில் பிறந்து வளர்ந்தவராக இருக்கலாம் என்றுதான் நினைக்கிறேன். அவர் பேசும் வங்காளி அவ்வளவு நன்றாக இருக்காது. இன்னும் சொல்வதனால் பெரும்பாலான நேரங்களில் அவர் ஆங்கிலத்தில்தான் பேசுவார். மிகுந்த புத்திசாலியும்கூட. இங்கு வருவதற்கு முன்னால் அவர் பம்பாயில் இருந்திருப்பார் என்றுதான் நம்புகிறேன். புராதனமானதாக எது இருந்தாலும் கைக்கு கிடைத்ததை எல்லாம் அவர் வாங்கிக் கொண்டிருக்கிறார். நீங்கள் இந்தக் கடையில் முன்பு பார்த்த கடிகாரங்கள் எல்லாமே இப்போது அவரது வீட்டில்தான் இருக்கின்றன. நன்கு விவரம் தெரிந்தவரும்கூட. நீங்கள் ஏன் அவரை பார்த்து பேசக் கூடாது? பத்திரிக்கைகளில் கூட அவர் விளம்பரம் செய்திருந்தார். நீங்கள் பார்க்க வில்லையா?'

என்ன விளம்பரம்?

'புராதனமான கடிகாரம் எதுவும் விற்பனை செய்வதற்காக எவரிடம் இருந்தாலும் திரு.சௌதுரியை தொடர்பு கொள்ளவும் என்று அந்த விளம்பரம் கோரியிருந்தது.'

'அப்படியென்றால் அவர் பெரிய பணக்காரராகத்தான் இருக்க வேண்டும்.'

'ஆமாம் சார். அவருக்கு சொந்தமான துணி ஆலைகள், சினிமா தியேட்டர்கள், தேயிலை தோட்டங்கள், சணல் ஆலைகள், பந்தயக் குதிரைகள், ஏற்றுமதி - இறக்குமதி வியாபாரம் என்று எல்லாமிருக்கிறது?'

'அவர் எங்கே வசிக்கிறார் என்று உங்களுக்குத் தெரியுமா?'

'தெரியும். கல்கத்தாவில் அலிப்பூர் பூங்கா பகுதியில் அவருக்கு ஒரு வீடு உள்ளது. மற்றொன்று கங்கை ஆற்றுக்கு அருகே கிராமப்புற பகுதியில் இருக்கிறது. அவரது துணி ஆலை கூட அதற்கு பக்கத்தில்தான் எங்கோ இருக்கிறது. இந்த நேரத்தில் அவர் கல்கத்தாவில்தான் இருக்க வேண்டும். இன்று மாலையே நீங்கள் அவரை சென்று பார்க்கலாமே! தற்சமயம் அவர் அவரது அலுவலகத்தில்தான் இருப்பார். கொஞ்சம் பொறுங்கள்! அவரது முகவரியை எடுத்து வருகிறேன்.'

மகாதேவ் சௌதுரியின் முகவரியை வாங்கிக் கொண்டு நாங்கள் அந்த ஏலக்கடையிலிருந்து கிளம்பினோம். தேசிய நூலகத்தின் எஸ்பிளனேட் பிரிவு படிப்பகத்தில் என்னை இறக்கி விட்டுவிட்டு பார்க் தெரு. 'கல்லறைக்கு நீங்கள் திரும்பிப் போகிறீர்களா? அங்கே ஏதாவது புதிதாக தகவல் இருக்கிறதா? என்று பார்த்து வாருங்கள்' என்றார் ஃபெலுடா.

'தகவலா? லால்மோகன் பாபுவின் குரலில் சற்றே தயக்கம் தெரிந்தது.

'ஆமாம். நீங்கள் செய்ய வேண்டியதெல்லாம் காட்வினின் கல்லறையை மீண்டும் ஒருமுறை நோட்டம் விடுவதுதான். இன்றைக்கு அந்த இடம் நன்றாக காய்ந்திருக்கும். ஓரிரு நாட்காக மழை பெய்யவில்லை அல்லவா? அதை சுற்றிப் பார்த்துவிட்டு, திரும்பி வந்து என்னை அழைத்துச் செல்லுங்கள். எங்கேயாவது நாம் மதிய உணவு அருந்தலாம். மதிய உணவிற்காக நாம் வீட்டிற்குப் போக நேரமில்லை... இன்றைக்கு நமக்கு நிறைய வேலை இருக்கிறது. மீண்டும் ரிப்பன் சந்திற்கு போக வேண்டும் என்பதையும் மறந்து விடாதீர்கள்.'

காட்வினின் தந்தத்தினால் ஆன கைப்பெட்டியை ஃபெலுடா எடுத்துக் கொண்டு வந்திருந்தார். பழுப்பு நிற காகிதத்தில் சுற்றப்பட்டிருந்த அதை தனது கைகளிலேயே அவர் வைத்துக் கொண்டிருந்தார்.

லால் மோகன் பாபு சொன்னார். 'பட்டப் பகலில் பயப்பட வேண்டிய அவசியமில்லை. இருட்டிய பிறகு கல்லறைக்குப் போவதுதான் கொஞ்சம் கஷ்டமாக இருக்கும்!'

'உங்களது மனதில் மூட நம்பிக்கைகள் நிரம்பாமல் இருந்தால் நாளின் எந்த நேரத்திலும் நீங்கள் ஆவிகளைப் பற்றியெல்லாம் பயப்பட வேண்டியதில்லை' என்றார் ஃபெலுடா.

படிப்பகத்திற்கு போகும் வழியில் எங்களது கார் சற்றுநேரம் போக்குவரத்து நெரிசலில் சிக்கிக் கொண்டது. நெரிசல் தீருவதற்காக நாங்கள் காத்துக் கொண்டிருந்த நேரத்தில் லால்மோகன் பாபு கேட்டார். 'நீங்கள் இப்போது தேடிக் கொண்டிருக்கிற கடிகாரம் பாக்கெட்டில் வைத்துக் கொள்ளும்படியான ஒன்றா?'

'எனக்குத் தெரியாது. அதாவது இதுவரையில் தெரியாது என்றுதான் சொல்ல விரும்புகிறேன்!'

'அது ஒரு பழைய பாக்கெட் கடிகாரமாக இருந்தால், அது போன்ற ஒன்று என்னிடமும் இருக்கிறது.'

'அது யாருடையது?'

'எனது தாத்தாவுடையது. ஒரு காலத்தில் அவருக்கு சொந்தமாக இருந்த மூன்று பொருட்கள் இப்போது என்னிடம் இருக்கின்றன. ஒரு கடிகாரம், ஒரு கைத்தடி, ஒரு தலைப்பாகை. மறைந்து போன பியாரி சரண் என்ற பெயர் எங்கிருந்து வந்திருக்கும் என்று நினைக்கிறீர்கள்?'

வேறு எங்கிருந்துமல்ல. எப்போதுமே அந்தப் பெயர் இந்த நாட்டில்தான் இருந்து வருகிறது. நீங்கள் ஒரு எழுத்தாளரும்கூட. பியாரி என்ற சொல்லுக்கு உங்களுக்கு பொருள் தெரியாதா? ராதாவின் மற்றொரு பெயர்தான் அது . அவ்வளவுதான்.'

'ரொம்ப நன்றி. அது போகட்டும். அந்த கடிகாரத்தை உங்களுக்கு பரிசளிக்க நான் விரும்புகிறேன்.'

ஃபெலுடா மிகுந்த அதிர்ச்சியடைந்தவரைப் போலத் தோன்றினார். 'எனக்கா? ஏன்?'

'உங்களுக்கு ஏதாவது கொடுக்க வேண்டுமென்று விரும்பினேன். எனது நன்றியை தெரிவிக்கும் விதமாகத்தான். என்ன இருந்தாலும் எனது இந்தி திரைப்படம் மகத்தான வெற்றி பெறுவதற்கு நீங்கள் குறிப்பிடத்தக்க பங்கை வகித்திருக்கிறீர்கள். அதன் விளைவாகத்தான் இந்த காரும் வந்தது. இந்த கடிகாரத்தை நீங்கள் இப்போது பார்த்தால் பெரிபீட்டரோ, ஏதோ சொல்கிறீர்களே, அதுவாகக்கூட இருக்கலாம்!'

'அப்படியிருக்க வாய்ப்பில்லை. என்றாலும் உங்களது பரிசிற்கு மிக்க நன்றி. உங்கள் கடிகாரத்தை நான் நன்றாக பாதுகாத்து

வைத்திருப்பேன் என்று மட்டும் உறுதி கூறுகிறேன். அது மிகப் பழைய, 19ஆம் நூற்றாண்டை சேர்ந்த கடிகாரமாக இருந்தால் தினமும் அதை பயன்படுத்த முடியாது. என்றாலும் ஒழுங்காக அதற்கு சாவி கொடுத்து இயங்க வைத்திருப்பேன். இன்னமும் அது வேலை செய்கிறதல்லவா?'

'மிகவும் அழகாக வேலை செய்கிறது.'

ஃபெலுடாவை படிப்பகத்தில் இறக்கி விட்டுவிட்டு நானும் லால் மோகன் பாபுவும் கல்லறைக்கு வந்து சேர்ந்த போது கிட்டத்தட்ட 12 மணி ஆகியிருந்தது. அங்கே எங்கள் வேலையை முடித்துக் கொண்டு, நாங்கள் ஃபெலுடாவையும் கூப்பிட்டுக் கொண்டு நிசாம் பேலஸ் அருகே மட்டன் ரோல் வாங்கச் சென்றோம். அது ஃபெலுடாவின் திட்டம்தான். அவர்தான் அதை வாங்கிக் கொடுத்தார். ஆனாலும் நாங்கள் மதிய உணவிற்கு செல்வதற்கு முன்னதாக, அந்த தந்தப் பெட்டியை திரும்பக் கொடுப்பதற்காக நாங்கள் ரிப்பன் சந்திற்கு மீண்டும் செல்ல வேண்டியிருந்தது.

பார்க் தெருவில் இப்போது போக்குவரத்து கொஞ்சம் குறைவாகத்தான் இருந்தது. எனவே கல்லறை பகுதியும் அமைதியாகத்தான் இருந்தது. முக்கிய வாயில் வழியாக உள்ளே நுழைந்து காவலாளி பரம்தேவ் இருக்கிறாரா? என்று பார்த்தோம். அவர் கண்ணில் தென்படவில்லை. நாங்கள் அழைத்தபோதும் வரவில்லை. இன்னுமொரு பெருச்சாளியை அடக்கம் செய்ய போயிருக்கிறாரோ என்னமோ?

கல்லறை ஊடாக நீண்டு சென்ற பாதையில் நாங்கள் நடந்து சென்றோம். லால்மோகன் பாபுவின் பயத்தைக் கண்டு நானும் பெலுடாவும் அவரை கேலி செய்தபோதும், ஃபெலுடா அதை வெறும் மூட நம்பிக்கை என்று ஒதுக்கித் தள்ளிய போதும், ஏதோ ஒருவிதமான உணர்வு அங்கே நிலவியதை நான் ஒப்புக் கொள்ளத்தான் வேண்டும். வெறும் கல்லறைகள் மட்டுமல்ல; அதிக எண்ணிக்கையில் அங்கே வளர்ந்திருந்த மரங்கள், புதர்கள், தரையில் மண்டியிருந்த புற்கள் என்று ஒருவிதமான தோற்றத்தை அந்த கல்லறை பகுதிக்கு கூட்டியது. இருந்தபோதிலும் அவற்றைக் கண்டு லால்மோகன் பாபு வெளிப்படுத்திய உணர்வு கொஞ்சம் கூடுதலாக இருந்ததாகவே தோன்றியது. என்ன இருந்தாலும் இது பகல் நேரம். ஏன் அவர் மிகவும் பயப்படுகிறார் என்பதைத்தான் என்னால் புரிந்து கொள்ள முடியவில்லை. வரிசையாக இருந்த

கல்லறைகளை ஓரக் கண்ணால் பார்த்தவாறே ஏதோ மந்திரம் சொல்வதுபோல் தொடர்ந்து முணுமுணுத்தவாறே, அவர் மெதுவாக சென்று கொண்டிருந்தார். அவர் என்ன சொல்கிறார்? அந்த வார்த்தைகளை புரிந்து கொள்ள நான் மிகவும் சிரமப்பட வேண்டியிருந்தது. கேட்க வேண்டிய ஒன்றும்கூட.

'தயவு செய்யுங்கள். மிஸ்டர் பார்மர்! மிஸ்டர் ஹாமில்டன்! நீங்களும் கூடத்தான் மிஸ் ஸ்மித்! எங்கள் கழுத்தை நெறித்து விடாதீர்கள்! எங்கள் வேலையை செய்ய விடுங்கள். நீங்கள் நிறையவே எங்களுக்கு கொடுத்திருக்கிறீர்கள். நிறையவே எடுத்துக் கொண்டிருக்கிறீர்கள். நிறையவே எங்களுக்கு கற்பித்துமிருக்கிறீர்கள். ஏன் எங்களை அடித்து துவம்சமம் செய்திருக்கிறீர்கள்! மிஸ்டர் கேம்ப்பெல்! மிஸ்டர் ஆடம் அப்புறம் நீங்கள். உங்கள் பெயரைக்கூட என்னால் உச்சரிக்க முடியவில்லை! எப்படி இருந்தாலும் உங்களை எல்லாம் கெஞ்சிக் கேட்டுக் கொள்கிறேன். நீங்களெல்லாம் இப்போது மண்ணோடு மண்ணாகிப் போயிருந்தீர்கள் என்றால்... அப்படியே இருந்து விடுங்கள்... மண்ணிலிருந்து மண்ணாக... மண்... மண்...!'

இதற்கு மேலும் என்னால் பொறுத்துக் கொள்ள முடியவில்லை. 'நீங்கள் என்னதான் செய்கிறீர்கள்.? இந்த மண்ணோடு மண்ணாக என்பதெல்லாம் என்ன?' என்று கேட்டேன்.

'என் அன்பு தபேஷ்! இதைப் பற்றி எல்லாம் நான் சின்ன வயதிலேயே படித்திருக்கிறேன். மண்ணிலிருந்து வந்த நீ... மண்ணோடு மண்ணாகத்தான் போகப் போகிறாய்! எல்லோருமே மண்ணோடு மண்ணாகத்தான் ஆகிறார்கள்...!'

'அப்படியிருக்கும்போது நீங்கள் எதைக் கண்டுதான் பயப்படுகிறீர்கள்?'

'அதைத்தான் ஒரு கவிஞன் கூட எழுதியிருந்தான். கவிஞர்கள் எழுதுகின்ற எல்லாமே சரியாக இருக்காது. அப்படித்தானே?'

நாங்கள் இப்போது இடதுபுறம் திரும்பினோம். கீழே முறிந்து விழுந்த மரம் இன்னமும் தரையிலேயேதான் கிடந்தது. என்றாலும் தாமஸ் காட்வினின் கல்லறையைச் சுற்றி ஏராளமாக மண் சிதறிக் கிடந்தது.

மண்... மண்... மண்... மண்...!

சாவி கொடுத்த பொம்மையைப் போல லால்மோகன் பாபு தொடர்ந்து அந்த வார்த்தையையே உச்சாடனம் செய்து கொண்டு வந்தார். ஒருவேளை தைரியத்தை வரவழைத்துக் கொள்வதற்காக

இருக்குமென்று நினைக்கிறேன். காட்வினின் கல்லறைக்கு நெருக்கமாகச் சென்றார் அவர். பின்பு அவர் அப்படியே நின்று, மூச்சுத் திணறிய வகையில் மண்டை ஓடு...! என்று அலறியவாறே முறிந்து போன மரத்தைப் போல அங்கேயிருந்த மண் குவியலின் மேல் பொத் என சரிந்தார்.

அவர் விழுந்த இடத்திற்கு அருகே ஒரு பெரிய பள்ளம் அங்கே சற்று ஆழமாகத்தான் தோண்டப்பட்டிருந்தது. அந்தப் பள்ளத்தின் நடுவே இன்னமும் பூமியில் புதையுண்டு கிடந்தது ஒரு மண்டை ஓடு.

எட்டு

லால்மோகன் பாபு மீண்டும் கண் விழிப்பதற்கு முன்பாக குறைந்தது பத்து தடவையாவது நான் அவரை உலுக்க வேண்டியிருந்தது. அவருக்கு மட்டும் மீண்டும் நினைவு திரும்பியிருக்காமல் இருந்திருந்தால் நான் பெரிய சிக்கலில் மாட்டிக் கொண்டிருந்திருப்பேன். ஏனென்றால் இதற்குமுன் இத்தகைய சூழ்நிலையை நான் சந்தித்ததே இல்லை. இறுதியில் ஒருவழியாக லால்மோகன் பாபுவிற்கு நினைவு திரும்பியதும் தன் மீது ஒட்டிக் கொண்டிருந்த மண்ணை எல்லாம் தட்டிவிட்டுக் கொண்டு எழுந்தார். அப்போது அவர் சொன்னார். ‘மற்றவர்களை விட எழுத்தாளர்கள் மிகவும் எளிதாக மயக்கம் போட்டு விழுந்து விடுவார்கள். ஏனென்றால் மற்றவர்களை விட அவர்களது கற்பனை கொஞ்சம் வலுவானதாகவே இருக்கும்.’

‘மூடநம்பிக்கையைப் பற்றி உன் அண்ணன் சொன்னது சுத்த முட்டாள்தனம். எனக்கு அப்படி எந்த பிரச்சனையும் இல்லை’ என்றார் அவர்.

நாங்கள் அதற்கு மேல் அங்கே ஒரு நொடி கூட தாமதிக்கவில்லை. ஃபெலுடாவை அழைத்து வருவதற்காக நாங்கள் உடனடியாக கல்லறையைவிட்டுப் புறப்பட்டோம். படிப்பகத்தில் அவரது வேலையை அதற்குள் முடித்திருந்தார். அப்படி அவர் முடிக்காமல் இருந்திருந்தாலும் கூட, எங்கள் கதையை கேட்ட பிறகு, எல்லாவற்றையும் அப்படியே போட்டுவிட்டு எங்களோடு உடனடியாக கல்லறைக்கு விரைந்திருப்பார் அவர். கல்லறை எப்படி தோண்டப்பட்டிருக்கிறது என்று அவர் பார்த்தார். பின்பு கல்லறையைச் சுற்றி தீவிரமாக ஆராய்ச்சி செய்தார். கல்லறைக்கு பத்து அடி தூரத்தில் கிடந்த ஒரு மண்வெட்டியை தவிர வேறெதுவும் அவர் கண்ணில் தென்படவில்லை.

இந்த முறை நாங்கள் பரம்தேவை பார்த்தோம். மிக அருகில் கீழ் சுற்றுச் சாலையில் இருந்த அவரது மருமகனின் பீடா கடையில் அவசர செய்தி ஒன்றை சொல்வதற்காக தான் போயிருந்ததாக அவர் தெரிவித்தார். கல்லறை தோண்டப்பட்டது பற்றி தனக்கு எதுவும் தெரியாது என்றும் அவர் கூறினார். இதற்கு காரணமாக இருந்தவர்கள் யாராக இருந்தாலும் முந்தைய நாளிரவே சுவரேறி குதித்து கல்லறைக்குள் வந்திருக்க வேண்டும் என்றும் அவர் நம்பினார். பின்பு ஃபெலுடா அவரையும் உதவிக்கு வரச் சொல்லி அழைத்து, திறந்து கிடந்த பள்ளத்தை மண்ணையும் இலைகளையும் போட்டு மூடினார்கள். நாங்கள் அங்கிருந்து கிளம்பிப் போவதற்கு முன்னதாக இந்த விஷயம் குறித்து யாரிடமும் எதுவும் சொல்ல வேண்டாம் என்று ஃபெலுடா அந்த காவலாளி பரமதேவிடம் சொல்லிவிட்டு வந்தார்.

பார்க் தெருவிலிருந்து நாங்கள் நேராக ரிப்பன் சந்திற்கு புறப்பட்டோம்.

நாங்கள் அந்த வீட்டை அடைவதற்கு சற்று தாமதமாயிற்று. நாங்கள் படிகளில் ஏற துவங்கியபோது, ஓர் இளைஞன் படிக்கட்டுகளில் இறங்கிக் கொண்டிருந்தான். கையில் நீண்ட தோலால் ஆன பெட்டி ஒன்று இருந்தது. அது கிட்டார் வைக்கும் பெட்டிதான். அவனது வயது 20க்கு மேல் இருக்கும். மாலை நேரங்களில் பார்க் தெருவில் பொதுவாக கண்ணில் தென்படும் இளைஞர்களைப் போலவேதான் அவனும் இருந்தான். இதற்கு மேல் விவரிக்க வேண்டிய அவசியம் இல்லை என்றுதான் நினைக்கிறேன். அந்த இளைஞன்தான் கிரிஸ் காட்வினாக இருக்க வேண்டும். ப்ளூஃபாக்ஸில் இசை நிகழ்ச்சி நடத்திவிட்டு நள்ளிரவிற்கு மேல்தான் வீட்டிற்கு திரும்புவான் என்பதில் எந்த சந்தேகமும் இல்லை.

அவன் இறங்கிப் போன பிறகு நாங்கள் படிக்கட்டில் மேலே ஏறிப் போனோம். இதற்கு முன்பு வந்தபோது இருந்தது போல முதல் மாடி நிசப்தமாக இருக்கவில்லை. திரு.காட்வினின் அறையிலிருந்து உரத்த குரல்கள் எங்கள் காதுகளை எட்டின. அவற்றில் ஒரு குரலை எங்களால் அடையாளம் காண முடிந்தது. மற்றொரு குரலுக்கு உரியவர் அர்கிஸ் ஆகத்தான் இருக்க வேண்டும். முதல் குரல் அடுத்தவரை திட்டித் தீர்த்ததோடு எச்சரிக்கையும் செய்தது. இரண்டாவது குரலோ குழைந்து குழைந்து அந்த குற்றச் சாட்டுகளை எல்லாம் மறுத்தது. இந்த

இரண்டு பேருமே கைப்பெட்டி என்ற வார்த்தையை அடிக்கடி சொல்லிக் கொண்டதை கேட்க முடிந்தது.

ஃபெலுடா அந்த தாழ்வாரம் வழியாக நடந்து சென்று கதவை தட்டினார். உடனேயே துப்பாக்கியிலிருந்து குண்டு பறப்பதைப் போல் வேகமாக குரல் வெளிவந்தது. 'யார் அது?'

நாங்கள் அறைக்குள்ளே நுழைந்தோம். இரண்டாவது நபரின் தோல் வெளிறிப் போய் ஒருவித மஞ்சள் நிறம் பூசியபடி இருந்தது. ஆங்காங்கே முகப்பருக்களும் தென்பட்டது. அவர் முகத்தில் தலை வழுக்கை. பற்களில் இரண்டு தங்கப் பற்கள். 60 வயதிற்கு மேல் இருக்கும் அவருக்கு. ஃபெலுடா நேரடியாக திருகாட்வின் அருகே சென்று பார்சலை பிரித்து தந்துப் பெட்டியை அவரது கைகளில் ஒப்படைத்தார். 'நேற்று இதை எடுத்துக் கொண்டு செல்ல வேண்டும் என்ற ஆசையை என்னால் அடக்கமுடியவில்லை. எனது ஆராய்ச்சிக்கு இது பெருமளவிற்கு உதவியுள்ளது' என்றார் பெலுடா.

காட்வின் சில நொடிகள் திகைப்புடன் பார்த்துவிட்டு பின்பு உரக்கச் சிரித்தார்.

'அப்படியானால் நீங்கள் அவர்களை முட்டாள் ஆக்கியிருக்கிறீர்கள்! இந்த சோம்பேறிகள்! உதவாக்கரைகள்! ஏமாற்றுப் பேர்வழிகள்! சுரண்டல்காரர்கள்!' பின்பு அந்த நபரைப் பார்த்து கேலியான குரலில் தனது பேச்சை தொடர்ந்தார். 'தாமஸ் காட்வினின் ஆவி வந்துதான் இந்த பெட்டியை எடுத்துக் கொண்டு போனது. இல்லையா? இவர்தானே தாமஸ் காட்வினின் ஆவி? இந்த நபர்தானே? நீ என்ன நினைக்கிறாய்? இதோ பாருங்கள். இவர்தான் அர்கிஸ். மேல் மாடியில் குடியிருப்பவர். ஒவ்வொரு வியாழக்கிழமையும் அந்த மேஜையை வைத்துக் கொண்டு ஆட்டம் போடுவது இதே ஆள்தான். அன்றைய எனது மாலை நேரத்தை நாசமாக்குவதும் இவர்தான்!

அர்கிஸ் அந்தப் பெட்டியை முட்டாள்தனமாக வெறித்துப் பார்த்துக் கொண்டிருந்தார். பின்பு ஃபெலுடாவை அமைதியாக நோக்கி விட்டு, அதே மட்டாள்தனமான பாவத்துடன் கதவையும் நோக்கினார். பின்பு அதை நோக்கி அவர் நகர்ந்ததும் மீண்டும் நிற்க வேண்டியதாயிற்று. ஏனென்றால் பெலுடா அவரை பெயர் சொல்லி அழைத்தார்.

மிஸ்டர்அர்கிஸ்!

அந்த நபர் பெலுடாவை ஏறிட்டுப் பார்த்தார். ஃபெலுடா அவரிடம் அமைதியாகச் சொன்னார். அந்தப் பெட்டியிலிருந்த பொருட்களில் ஒன்று இன்னமும் உங்களிடம்தான் இருக்கிறது.

அர்கிஸ் உரக்க பதிலளித்தார். 'நிச்சயமாக இல்லை! அதுபோக அதைப் பற்றி உனக்கென்ன தெரியும்? மார்கஸ், அந்தப் பெட்டியைத் திறந்து, ஏதாவது காணாமல் போயிருக்கிறதா? என்று பார்'

அப்படியென்றால் திரு.காட்வீனின் முதல் பெயர் மார்கஸ் ஆகத்தான் இருக்க வேண்டும். கீழே கடைக்காரன் சொன்ன அர்கிஸ் மார்கஸ் என்ற வார்த்தையின் பொருள் இப்போதுதான் புரிந்தது.

மார்கஸ் காட்வின் அந்தப் பெட்டியை திறந்து அதிலிருந்த பொருட்களை பார்த்தார். பின்பு கொஞ்சம் வெட்கத்துடனேயே அவர் கேட்டார். மிஸ்டர்மித்தர்! இதில் இருந்த பொருட்களெல்லாம் அப்படியே இருப்பது போலத்தான் தோன்றுகிறது!'

'அந்த மூக்குப் பொடி டப்பாவை எடுக்கிறீர்களா? கார்லெட் காட்வீன் தனது டைரியில் அதைப் பற்றி விவரமாகவே குறிப்பிட்டிருந்தார். நவரத்தினங்கள் பதித்தது என்று அவர் கூறியிருக்கிறார்.'

திரு. காட்வின் அந்த டப்பியை வெளியே எடுத்து உற்றுப் பார்த்தார்.

'உங்களுக்கு தெரியவில்லை. அது புதியதொரு மூக்குப் பொடி டப்பாதான். பழையது புராதனப் பொருள் போல தோற்றமளிப்பதற்காக கறுப்பாக பெயிண்ட் அடித்திருக்கிறது.'

அதற்கடுத்த ஐந்தே நிமிடங்களில் ஆர்கிஸ் உண்மையான மூக்குப் பொடி டப்பியை மேலேயிருந்த அவரது வீட்டிலிருந்து எடுத்துக் கொண்டு வந்தார். திரு.காட்வின் சொன்னார். 'கடவுள் சத்தியமாக சொல்கிறேன். அடுத்த வியாழக்கிழமை அன்று மேலே உனது மேஜையிலிருந்து ஏதாவது சத்தம் வந்தால் போதும். அவ்வளவுதான். நான் போலீஸுக்கு சொல்லி விடுவேன்! அர்கிஸ் திருடனைப் போல் பதுங்கியபடி அறையை விட்டு வெளியேறினார். அவமானத்தால் அவரது முகம் கறுத்துப் போயிருந்தது.

ஒருவித நிம்மதியுடன் காட்வின் சொன்னார். மிக்க நன்றி மிஸ்டர்மித்தர்!

'கார்லெட் காட்வினின் டைரி எவ்வளவு மதிப்புமிக்கது என்று உங்களுக்குத் தெரியுமா?'

'இல்லை. அந்தப் பெட்டியில் இதுபோன்ற டைரி இருக்கிறது. என்று கூட எனக்குத் தெரியாது. உண்மையைச் சொல்ல வேண்டுமென்றால் எனது முன்னோர்களைப் பற்றி தெரிந்து கொள்ள வேண்டும் என்ற ஆர்வமே எனக்கு இருந்ததில்லை. இன்னும் சொல்லப் போனால் எனக்கு எதிலுமே ஆர்வம் இல்லை. எப்போது சாகப்போகிறோம் என்றுதான் காத்துக் கொண்டிருக்கிறேன். எனக்கு சொந்தமானது என்று கருதும் ஒரே ஒரு பொருள் அந்தப் பூனைதான். முன்பெல்லாம் போக்கர் விளையாடுவதற்காக எனது நண்பர் ஒருவரின் வீட்டிற்குச் செல்வதுண்டு. இப்போது இந்த மூட்டு வலி வந்ததிலிருந்து அதுவும் முடிவுக்கு வந்து விட்டது!'

'அப்படியென்றால், உங்களை ஒருசில கேள்விகள் கேட்பதில் பொருளில்லை என்றே நினைக்கிறேன்.'

'என்ன கேள்வி?'

'உங்களது முப்பாட்டனாரின் பெயர் டேவிட். அப்படித்தானே? அவரையும் கீழ் சுற்று சாலையில் உள்ள கல்லறையில்தான் அடக்கம் செய்திருக்கிறார்க்ள். சரிதானே?'

'ஆமாம்.'

'அந்த டேவிட்டிற்கு சகோதர சகோதரிகள் யாராவது இருந்தார்களா?'

'எனக்குத் தெரியாது. எனது முன்னோர்களில் ஒருவர் தற்கொலை செய்து கொண்டார். அது டேவிட் இன் சகோதரரா என்று எனக்கு நினைவில்லை.'

'அந்த டேவிட் இன் மகன் அதாவது உங்கள் தாத்தா பெயர் ஆன்ட்ரூ தானே?'

'ஆமாம். அவர் ராணுவத்தில் இருந்தார்.'

'கார்லெட் தனது மருமகளைப் போன்ற உறவுடைய ஒரு பெண்ணைப் பற்றி குறிப்பிட்டிருக்கிறார். ஒருவேளை அது உங்கள் தாத்தாவின் சகோதரியாக இருக்குமோ?'

'இல்லை. எனது தாத்தா அவரது பெற்றோருக்கு ஒரே குழந்தை.'

'அப்படியென்றால் ஒன்றுவிட்ட சொந்தக்காரர் யாராவது இருக்க வேண்டும்.'

'எனது தூரத்து சொந்தக்காரர்களைப் பற்றி என்னால் உங்களுக்கு எதுவும் சொல்ல முடியாது. எனது நினைவுத்

திறனும்கூட மிகப் பலவீனமாகி விட்டது. அது போக எங்களது ஜாதியில் குடும்பங்கள் ஒன்றாக வசிப்பதில்லை. எங்களுக்குப் பிடித்தமான வழியில் நாங்கள் பிரிந்து அப்படியே போய்விடுவதுதான் வழக்கம். உங்களது வங்காளி கூட்டுக் குடும்பங்களைப் போல அல்ல!'

நாங்கள் இப்போது சொசைட்டி சினிமா தியேட்டருக்கு எதிரே இருந்த நிஜாம் உணவகத்தில் அமர்ந்திருந்தோம். முன்னால் மட்டன் ரோல் அடுக்கி வைத்திருந்த தட்டை பார்த்தவாறே லால்மோகன் பாபுவைப் பார்த்து ஃபெலுடா கேட்டார். 'ஒரு மனிதர் என்ற வகையில் நரேன் பிஸ்வாஸைப் பற்றி நீங்கள் என்ன நினைக்கிறீர்கள்?'

லால்மோகன் பாபு வாயிலிருந்த உணவை மென்று விழுங்கி விட்டுச் சொன்னார். 'ஏன்? பார்ப்பதற்கு நல்ல மனிதராகத்தான் தெரிகிறார். அவரது தோற்றம்கூட ஒருவகையில் கவர்ச்சிகரமாகத் தான் இருக்கிறது என்றுதான் நான் நினைக்கிறேன்.'

'ஆமாம் நானும் கூட முதலில் அப்படித்தான் நினைத்தேன்.'

'அப்படி என்றால் இப்போது அவ்வாறு நினைக்கவில்லையா?'

'இல்லை. இருந்தாலும் ஒன்றை மட்டும் சொல்ல வேண்டும். ஒரே ஒரு தவறை மட்டும் வைத்துக் கொண்டு ஒரு மனிதனின் தகுதியை தவறாக எடை போட்டு விடக் கூடாது. எப்படி இருந்தாலும் அந்த மனிதர் மிக மோசமானதொரு குற்றத்தை செய்திருக்கிறார்.'

நானும் லால்மோகன்பாபுவும் சாப்பிடுவதை நிறுத்தி விட்டோம்.

'அவரது மணிபர்ஸில் இருந்த பழைய செய்தித் துணுக்குகள் உங்களுக்கு நினைவிருக்கிறதா? இன்று நானே பார்த்தேன். 150 அல்லது 200 வருட பழமையான செய்தித்தாளிலிருந்து பிளேடை வைத்து அந்த செய்தியை வெட்டி எடுத்திருக்கிறார். தேசிய நூலகத்தின் படிப்பகத்தில் அவ்வளவு கவனமாக பாதுகாத்து வந்த ஒரு செய்தித் தாளிலிருந்து அவற்றை அவர் வெட்டி எடுத்திருக்கிறார். அந்த குற்றத்திற்காகவே அவரை சிறையில் தள்ள வேண்டும்.'

நரேன் பிஸ்வாஸ் படிப்பகத்தில் அமர்ந்து கொண்டு, மூச்சை அடக்கியபடி, நூலக அதிகாரிகளின் பார்வையில் படாத வண்ணம் அந்த செய்தியை வெட்டி எடுக்கும் காட்சியை கற்பனை

செய்ய முயன்றேன்... என்றாலும் அந்தக் காட்சியை என்னால் முழுமையாக கண்ணெதிரே கொண்டு வர முடியவில்லை. அந்த மனிதரை வெறுமனே பார்த்து விட்டு அவரால் என்ன செய்ய முடியும் என்பதை ஊகிப்பது உண்மையிலேயே இயலாத ஒன்றாகத்தான் இருந்தது.

ஃபெலுடா தொடர்ந்து சொன்னார். 'இது ஒருவிதமான நோய் என்றே கூறலாம். இதுபோன்ற குற்றங்களை ம்ாட்டிக் கொள்ளாதவாறு வெற்றிகரமாகச் செய்வதில் ஒரு சிலர் எல்லையில்லா ஆனந்தமும் பெறுகின்றனர். வேறெவரையும் விட தாங்கள் மிகுந்த புத்திசாலிகள் என்று நினைத்துக் கொள்வதோடு தங்களை குறித்து பெருத்த மகிழ்ச்சியும் அடைகிறார்கள். இது மிகவும் துயரமானதொரு செயலாகும்.'

மட்டன் ரோலை சாப்பிட்டு முடித்துவிட்டு லஸ்ஸி ஆர்டர் செய்தோம். அதே நேரத்தில் உணவிற்கான பில்லையும் ஃபெலுடா கொண்டுவரும்படி கூறினார். அப்போது மணி இரண்டரை. இன்னும் மூன்று மணி நேரத்தை நாங்கள் எப்படியாவது கடத்தியாக வேண்டும். அப்போதுதான் அந்த புராதன கடிகாரங்களை சேகரிப்பதில் பைத்தியமாக இருக்கும் திரு. சௌதுரியை போய் பார்க்க முடியும். அந்த பெரிகல் ரிப்பீட்டர் விஷயம் குறித்து தெளிவு பெறும் வரையில் ஃபெலுடா அமைதி அடைய மாட்டார் என்று எனக்கு நன்றாகவே தெரியும்.

லால்மோகன் பாபு கேட்டார். 'எனக்கு கொஞ்சம் சொல்லுங்களேன். பழைய கல்கத்தாவில் இருந்ததாக கூறினீர்களே அந்த தோட்டிப் பறவைகள். உணவு ஏதாவது கிடைக்குமா என்று சுவற்றின் மேல் அமர்ந்து கொண்டு அவை குரல் கொடுக்குமா என்ன?'

தெருவை பார்த்த மாதிரி இருந்த ஒரு ஜன்னலுக்கு அருகேதான் நாங்கள் அமர்ந்திருந்தோம். அருகிலிருந்த ஒரு சுவற்றின் மேல் காகம் ஒன்று அமர்ந்தபடி குரல் கொடுத்துக் கொண்டிருந்தது. அதுதான் லால்மோகன் பாபுவின் கேள்விக்கு ஆதாரம்.

ஃபெலுடா சொன்னார். 'இல்லை. நான் அப்படி நினைக்கவில்லை. என்றாலும் சுவர்களின் மேலும் கம்பிகளின் மேலும் அவை அமர்வது உண்டு. அந்த நாட்களில் வரையப்பட்ட பழைய ஓவியங்களில் இதற்கான போதுமான ஆதாரங்கள் உள்ளன.'

'அந்தப் பறவைகள் பார்ப்பதற்கு எப்படி இருக்கும் என்றுகூட எனக்குத் தெரியாது.'

'நாம் மிருகக் காட்சி சாலைக்குப் போகலாம். அதைக் கண்டுபிடிக்க அது ஒரு வழி. அல்லது கார்ப்பரேஷன் தெரு வழியாகப் போகலாம். அங்குள்ள முனிசிபல் கட்டிடத்தின் இலச்சினை அதன் முன்புறச் சுவரில் பதிக்கப்பட்டிருக்கிறது. அதிலும் அந்த தோட்டிப் பறவையின் படம் இருக்கிறது. நான் உங்களுக்கு காண்பிக்கிறேன்.'

லால் மோகன் பாபு புன்னகையுடன் கேட்டார். 'இன்னமுமா அந்த தெருவை கார்ப்பரேஷன் தெரு என்று கூறுகிறீர்கள்?'

'மன்னித்துக் கொள்ளுங்கள். அதற்கு புது பெயர் இருக்கிறது அல்லவா? அதாவது சுரேன் பேனர்ஜி...'

ஃபெலுடா பேச்சை நிறுத்தி விட்டார். அவரது கண்களில் தெறித்த பார்வையே திடீரென்று மாறி விட்டது. பாக்கெட்டில் இருந்த குறிப்பேட்டை வெளியே எடுத்து அதை ஒரு நோட்டம் விட்டார். அதன் பிறகு அவருக்கு இருப்பு கொள்ளவில்லை. இன்னமும் வெயிட்டர் பில் கொண்டு வரவில்லை. பொறுமையிழந்த நிலையில் வெயிட்டர்! என்று குரல் கொடுத்தார். அவரது இந்த செய்கை கொஞ்சம் வித்தியாசமாகத்தான் தெரிந்தது.

ஒரு வழியாக பில் வந்து அதற்கான பணத்தை கொடுத்து முடிந்ததும் உடனேயே நாங்கள் காருக்குத் திரும்பினோம். எங்கே போக வேண்டும் என்று ஃபெலுடா டிரைவரிடம் கூறினார். சுரேன் பேனர்ஜி தெருவை நாங்கள் அடைந்ததுமே ஒவ்வொரு கட்டிடத்தின் எண்ணையும் அவர் உற்றுப் பார்க்கத் துவங்கினார். எல்லா கட்டிடங்களிலுமே அவற்றின் எண்கள் கண்ணில் படுவதுபோல வைத்திருக்கவில்லை. கல்கத்தாவில் இருக்கும் வீடுகளுக்கே உரிய விசித்திரமான பழக்கம் இது. ஃபெலுடா 'டிரைவர்! நீங்கள் போய்க் கொண்டே இருங்கள். தொப்ஷே! 141ஆம் எண் கட்டிடத்தைப் பார்த்தால் எனக்கு உடனே சொல்!' என்றார்.

திடீரென்று எனக்கு ஏதோ ஒன்று நினைவிற்கு வந்தது. 141 எஸ் என் பி சுரேந்திரநாத் பேனர்ஜி. என் இதயம் வேகமாக துடிக்கத் துவங்கியது.

'அதோ பாருங்கள். அங்கே 141ஆம் எண் இருக்கிறது.'

கார் நின்றது. அந்த கட்டிடத்திற்கு வெளியே ஒரு பெயர் பலகை இருந்தது. போர்ன் அண்ட் ஷெப்பர்ட். பி.எஸ் நாங்கள் கண்டு பிடித்து விட்டோம்.

லால் மோகன் பாபுவும் நானும் ஃபெலுடாவை பின்தொடர்ந்துத உள்ளே சென்றோம். மேலே போக லிஃப்ட் இருந்தது. நாங்கள் முதல் மாடியில் வந்து நின்றதும் ஒரு வரவேற்பு பகுதி கண்ணில் தென்பட்டது. ஊழியர்களில் ஒருவர் எங்களை வரவேற்றார். கேள்வி கேட்பதற்கு முன்னால் ஃபெலுடா சற்றே தயங்கியது போல் இருந்தது. அவர் என்ன கேட்டாலும் அது முட்டாள்தனமாகத்தான் தோன்றக் கூடும்.

ஒரு வழியாக அவர் கேட்டார். 'உங்களிடம் விக்டோரியா படம் ஏதாவது இருக்கிறதா?'

'விக்டோரியா மெமோரியலா?'

'இல்லை. விக்டோரியா மகாராணி.'

'இல்லை என்றுதான் நினைக்கிறேன். ஏன் என்றால் இந்தியாவிற்கு வந்தவர்களின் படங்கள் மட்டும்தான் எங்களிடம் இருக்கும். எட்டாவது எட்வர்ட், வேல்ஸ் இளவரசர், ஐந்தாவது ஜார்ஜ் தில்லி தர்பார்... இப்படி.'

'அவர்களது புகைப்படங்கள் இப்போதும் கிடைக்குமா?'

'ஆமாம். தயாராக இருக்காது. எங்களிடம் நெகட்டிவ் இருக்கிறது. யாராவது ஆர்டர் தந்தால் அதிலிருந்து நாங்கள் பிரதி எடுத்துக் கொடுப்போம். 1854ஆம் ஆண்டிலிருந்து எடுக்கப்பட்ட புகைப் படங்களின் நெகட்டிவ்கள் அனைத்தும் எங்களிடம் இருக்கின்றன.'

'என்னது? 1854ஆ!'

'உலகத்திலேயே மிகப் பழமையான போட்டோ ஸ்டுடியோக்களில் போர்ன் அண்ட் ஷெப்பர்ட் இரண்டாவதாகும்!'

'அப்படி என்றால் உங்களிடம் பல லட்சக் கணக்கான நெகட்டிவ்கள் இருக்க வேண்டுமே!'

'ஆமாம். என்னோடு வாருங்கள். எல்லாவற்றையும் நான் காட்டுகிறேன். அந்த சுவற்றில் தொங்கிக் கொண்டிருக்கிறதே, அந்த படத்தை பார்த்தீர்களா? தியாகிகள் நினைவுச் சின்னத்தின் உச்சியிலிருந்து 1880 ஆம் ஆண்டில் எடுக்கப்பட்ட புகைப்படம் அது.'

இதுவரையில் நான் அதை கவனிக்கவில்லை. ஆனால் இப்போதோ என் கண்கள் நேராக அதை நோக்கிச் சென்றது அந்தப் போட்டோ 1 அடி உயரமும் 5 அடி அகலமும் கொண்டதாக இருந்தது. நினைவுச் சின்னத்திலிருந்து

பார்க்கும்போது கிட்டத்தட்ட நூறு ஆண்டுகளுக்கு முன்னால் கல்கத்தா எப்படி காட்சி தந்தது என்பதை அந்த புகைப்படம் எடுத்துக் காட்டியது. டல்ஹெளசி சதுக்கம், எஸ்பிளனேட் பின்பு வடக்கு நோக்கி காட்சி நீண்டு எந்தவித தடையுமின்றி நகரத்தை எடுத்துக்காட்டியது. சர்ச்சின் கூரிய முனை வேறு எந்த கட்டிடத்தையும் விட உயரமாக இருந்தது. கண்ணில் பல மாடிக் கட்டிடம் எதுவுமே படவில்லை. அமைதியான, இரைச்சலற்ற நகரமாக அது தென்பட்டது. அதில் எந்தவித சந்தேகமும் இல்லை.

பின்பு நெகட்டிவ்கள் அடுக்கி வைக்கப்பட்டிருந்த அறைக்கு நாங்கள் அழைத்துச் செல்லபட்டோம். வியப்பில் என் விழிகளே பிதுங்கி விழுந்துவிடும் போலிருந்தது. தரையிலிருந்து மேற்கூரை வரை கண்ணாடி பெட்டிகள் உயர்ந்திருந்தன. அவற்றினுள் சதுர வடிவிலான பழுப்பு நிற பெட்டிகள் அடுக்கியிருந்தன. அவை ஒவ்வொன்றிலும் தேதி மற்றும் அதிலுள்ளவற்றின் விவரங்கள் எழுதி ஒட்டப்பட்டிருந்தன.

ஃபெலுடா அந்த அலமாரிகளை பார்வையிட்டு விட்டு ஒரு சில குறிப்பிட்ட தேதியிட்ட பெட்டிகளை உன்னிப்பாக கவனித்தார். பின்பு அவரது கைக்கடிகாரத்தை ஏறிட்டுப் பார்த்துவிட்டு சொன்னார். ‘நீங்கள் இரண்டு பேரும் அப்படியே நடந்து விட்டு வாருங்களேன். இன்னும் ஒரு மணி நேரத்தில் வாருங்கள். எனக்கு இங்கே கொஞ்சம் வேலை இருக்கிறது.’

நாங்கள் மீண்டும் லிப்டிற்குத் திரும்பினோம். லால்மோகன் பாபு சொன்னார். ‘உன் அண்ணன் சொன்னால் எனக்கு அது உத்தரவுதான். முடியாது என்று என்னால் அவரிடம் கூற முடியாது. அப்படிப்பட்ட மனிதர் அவர்! வா அப்படியே ஃபிராங்க் ராஸ் கடைக்கு போய்விட்டு வரலாம்.’

சுரேன் பேனர்ஜி சாலையிலேயே காரை நிறுத்தி விட்டு கிராண்ட் ஹோட்டல் இருக்கும் செளரங்கி பகுதியை நோக்கி நடந்தோம். மருந்து கடைக்கு அவர் எதற்காகப் போகிறார் என்று எனக்குத் தெரியவில்லை. அதைத் தெரிந்து கொள்ள வேண்டிய அவசியமும் இல்லை. எங்களது ஒரே நோக்கமெல்லாம் நேரத்தை போக்குவதுதான்.

மற்றவர்கள் யார் மீதும் இடித்து விடாமல் சந்தடி நிறைந்த தெருக்களை நாங்கள் கடந்து சென்றோம். சற்று நேரத்திற்குப் பிறகு லால் மோகன் பாபு கேட்டார். ‘உன் அண்ணன் என்ன

நினைத்துக் கொண்டிருக்கிறார் என்று உனக்கு ஏதாவது புரிகிறதா?'

ஒன்றுமே தெரியவில்லை என்பதை நான் ஒப்புக் கொண்டுதான் ஆக வேண்டியிருந்தது. என்னால் ஊகிக்க முடிந்ததெல்லாம் ஃபெலுடாவைத் தவிர வேறு யாரோ கார்லெட் காட்வினின் டைரிகளை படித்திருக்கிறார்கள் என்பதைத்தான். அதற்கும் தாமஸ் காட்வினின் கல்லறை தோண்டப்பட்டிருப்பதற்கும் ஏதோ தொடர்பு இருப்பதாக எனக்குத் தோன்றியது.

லால்மோகன்பாபு என்னிடம் கேட்டார். 'உடலைப் புதைத்த 200 வருடங்களுக்குப் பிறகும் அந்த எலும்புக் கூடு அப்படியே இருக்கும் என்று உனக்குத் தெரியுமா?'

இந்தக் கேள்வி ஜோப் கார்னாக்கின் கல்லறையைப் பற்றி ஃபெலுடா எனக்கு கூறிய ஒரு கதையை நினைவுபடுத்தியது. நான் அதை லால்மோகன் பாபுவிற்கு கூறினேன். ஜோப் கார்னாக் இறந்து 200 ஆண்டுகளுடுக்குப் பிறகு செயின்ட் ஜான் சர்ச் இல் இருந்த பாதிரியார் ஒருவருக்கு அந்த கல்லறைக்கு கீழே என்ன இருக்கும் என்று திடீரென சந்தேகம் வந்தது. உண்மையிலேயே கார்னாக்தான் அங்கே புதைக்கப்பட்டிருக்கிறாரா? அல்லது வெறுமனே ஒரு கல்வெட்டை நிறுவியிருக்கிறார்களா? என்ற சந்தேகம் அவருக்குள் எழுந்தது. அவரது இந்த சந்தேகம் அவரை மிகவும் கவலைப்பட வைத்தது. அதன் விளைவாக அந்தக் கல்லறையை அவர் தோண்ட வைத்தார். அவரது ஆட்கள் 4 அடி ஆழம் வரை தோண்டியும் ஒன்றும் தென்படவில்லை. பின்பு அவர்கள் மேலும் ஆழமாகத் தோண்டினார்கள். மேலும் ஒரு சில அடிகள் கீழே தோண்டிய பிறகு, எலும்புக் கூட்டின் கை ஒன்று வெளியே தெரிந்தது. உடனே அந்த பாதிரியார் தோண்டுவதை நிறுத்தச் சொல்லி கல்லறையை திரும்ப மூடிவிட்டார்.

நாங்கள் ஃபிராங்க் ராஸ் கடைக்குள் நுழைந்தோம். லால் மோகன் பாபு கவுண்டருக்கு அருகே சென்றார். 'ஒரு ஃபோர்ஹான்ஸ், டூத்பேஸ்ட், பெரிய சைஸ், என்று அவர் சொல்லத் துவங்குவதற்குள்ளேயே கடைக்குள் நுழைந்து கொண்டிருந்த ஒருவரைப் பார்த்து விட்டேன். அவரை எனக்கு அடையாளமும் தெரிந்தது. அவர் நரேன் பிஸ்வாஸின் தம்பி கிரின் பிஸ்வாஸ்தான். எங்களை அவருக்கு உடனடியாக அடையாளம் தெரியவில்லை. எங்களை இரண்டு மூன்று முறை

உற்றுப் பார்த்த பிறகுதான் அவரது முகத்தில் புன்னகை தென்பட்டது. அவரது கைகளில் ஒரு பெரிய பார்சல் இருந்தது. அந்த கவரில் ஹாங்காங் ட்ரைகிளுனர்ஸ் என்று அச்சிட்டிருந்தது. 'ஹலோ! எனது அண்ணனுக்கு கொஞ்சம் மருந்து வாங்கலாம் என்றுதான் வந்தேன்.' என்றார் அவர்.

'அவர் இப்போது எப்படியிருக்கிறார்?' என்று கேட்டார் லால் மோகன் பாபு.

'நன்றி. நன்றாகவே இருக்கிறார். அது போகட்டும். அன்றைக்கு உங்களோடு வேறொருவரும் வந்தாரல்லவா? அவர்தான் துப்பறியும் நிபுணர் பிரதோஷ் மித்தரா? என் அண்ணன் சொன்னார். அவரது பெயரை கேள்விப்பட்டிருக்கிறேன். இன்னும் சொல்லப் போனால். நான் யோசித்துக் கொண்டிருந்தேன்.' அவரது பேச்சு நின்றது அவர் கொஞ்சம் வேறு ஏதோ சிந்தனைவயப்பட்டதாகத் தோன்றியது. பிறகு அவர் கேட்டார். 'வழக்கமாக எப்போது அவர் வீட்டில் இருப்பார்?'

'அதைச் சொல்வது கஷ்டம். டெலிபோன் டைரக்டரியில் எங்களது எண் உங்களுக்குக் கிடைக்கும். எங்கள் வீட்டிற்கு வருவதற்கு முன்னால் ஒருமுறை அவரை அழைத்து விட்டு வாருங்கள்.'

'உம். வரவேண்டும்தான்... பரவாயில்லை. நான் அவரை கூப்பிடுகிறேன். தேவைப்பட்டால் நான் வந்து பார்ப்பேன் என்று மட்டும் அவரிடம் சொல்லிவிடுங்கள்.'

நாங்களும் அதை அமைதியாக ஆமோதித்து விட்டு கடையை விட்டுக் கிளம்பினோம்.

பிறகு நாங்கள் நியூ மார்க்கெட் சென்று அங்கிருந்த கடைகளை எல்லாம் ஒரு நோட்டம் விட்டுவிட்டு சுரேன் பேனர்ஜி தெருவிற்குத் திரும்புவதற்காக மோதி ஷீல் தெருவிற்குள் நுழைந்து வந்தோம். போர்ன் அண்ட் ஷெப்பர்ட்ஸ் அருகிலேயே காருக்கு பக்கத்தில் நின்று கொண்டிருந்தார் ஃபெலுடா அவர் எதிர்பார்த்ததை விட குறுகிய நேரத்தில் வேலை முடிந்து விட்டிருக்கிது.

கிரின் பிஸ்வாஸை சந்தித்தது பற்றி அவரிடம் கூறினேன். உண்மையாகவா? என்று புருவத்தை உயர்த்திய ஃபெலுடா மேலும் கேட்டார். 'அவர் என்ன சொன்னார்?'

பொத்தாம் பொதுவாக சொல்வது அவரிடம் சரிப்படாது என்று எனக்குத் தெரியும். எனவே அவரிடம் அனைத்தையும் விவரமாகக் கூறினேன். ட்ரைகிளீனரிலிருந்து அவர் கொண்டு வந்த பார்சலைப் பற்றியும் கூட அவரிடம் விவரித்தேன். ஃபெலுடா அமைதியாக நான் சொல்வதை கேட்டுக் கொண்டார்.

'உங்கள் வேலை முடிந்ததா? எல்லாம் நல்லபடியாக முடிந்திருக்கும் என நம்புகிறேன்' என்றார் லால்மோகன் பாபு.

'நிச்சயமாக. பிரமாதமான முடிந்தது. இந்த இடம் உண்மையில் ஒரு தங்கச் சுரங்கம்தான். அந்த கடையிலிருந்தே சௌதுரிக்கும் போன் செய்தேன். அவரது குரல் பட்டுப் போல மென்மையாக இருந்தது. அவர் வீட்டிற்கு திரும்பி வந்து விட்டார். இப்போது அவரை சந்திப்பது உறுதியாகி விட்டது.

ஒன்பது

இதற்கு முன்னால் கடிகார மணி அடித்து நான் பல முறை கேட்டிருக்கிறேன். ஆனால் மஹாதேவ் சௌதுரியின் வீட்டிற்குள் நாங்கள் சரியாக மாலை ஆறு மணிக்கு காலடி எடுத்து வைத்ததுமே அங்கிருந்த கடிகாரங்கள் ஒன்றன் பின் ஒன்றாக ஒலி எழுப்பத் துவங்கின. அது முற்றிலும் வித்தியாசமாக பிரமிப்பூட்டுவதாக இருந்தது. இதற்கு முன்பு நான் இப்படி ஒரு இசையை கேட்டதே இல்லை.

லால்மோகன் பாபு மிகுந்த வியப்புடன் கூறினார். 'அடக் கடவுளே! நாம் என்ன சொர்க்கவாயிலில் நுழைகிறோமா என்ன? என்ன ஒரு அருமையான வரவேற்பு!'

சௌதுரியை நாங்கள் உடனடியாக சந்திக்க முடியவில்லை. அவரது வேலையாட்களில் ஒருவர் எங்களை சிறியதொரு அலுவலக அறைக்கு அழைத்துச் சென்று அமரவைத்தார். சௌதுரி கொஞ்சம் வேலையாக இருப்பதால் நாங்கள் சற்று நேரம் காத்திருக்க வேண்டியிருக்கும் என்றும் அவர் சொன்னார். அந்த சிறிய அறையிலும்கூட இரண்டு வித்தியாசமான கடிகாரங்கள் இருந்தன. ஒன்று சுவற்றில் மாட்டியிருந்தது. மற்றொன்று புத்தக அலமாரியின் மேல் வைக்கப்பட்டிருந்தது.

கடிகாரத்தின் கடைசி மணி அடித்து முடிந்ததுமே வீட்டினை ஒருவிதமான அமைதி மூழ்கடித்தது. மிகப்பெரிய, நவீனமான கட்டிடம்தான் அது. அங்கே தரையில் பதிக்கப்பட்டிருந்த பளிங்குக் கற்கள் பளிச்சிட்டுக் கொண்டிருந்தன. தலையை குனிந்து பார்த்தால் என் முகம் அதில் பிரதிபலிப்பதையே காண முடியும் என்னுமளவிற்கு தரை சுத்தமாக இருந்தது.

சற்று நேரத்திற்குப் பிறகு பேச்சுக் குரல் கேட்டது. வீட்டிற்குள் எங்கிருந்தோதான் அந்த குரல் வந்தது. அது மஹாதேவ்

சௌதுரியின் குரல்தான் என்று ஃபெலுடா சொன்னார். அதை வெல்வெட் போன்ற மென்மையான குரல் என்று சொல்ல முடியுமா? என்பதை தீர்மானிப்பது கொஞ்சம் கஷ்டம்தான். என்றாலும் திடீரென்று அந்தக் குரலெழும்பி கூச்சல் போடத் துவங்கியபோது வெல்வெட் குரலுக்கான அறிகுறி எல்லாம் எங்கேயோ காணாமல் போய் விட்டிருந்தது.

யாரையோ மிகுந்த கோபத்துடன் திட்டிக் கொண்டிருந்தார் மஹாதேவ் சௌதுரி. நாங்கள் மூவருமே மூச்சை அடக்கிக் கொண்டிருந்தோம். கிட்டத்தட்ட ஒட்டுக் கேட்பதைத் தவிர எங்களுக்கு வேறு வழி ஏதுமில்லை. அந்த இரண்டாவது ஆள் கொஞ்சம் மென்மையாகப் பேசியதால் அவர் என்ன சொல்கிறார் என்பதை எங்களால் கேட்க முடியவில்லை என்றாலும் சௌதுரியின் குரல் மீண்டும் உரக்கக் கேட்டது. “இது போன்ற விஷயங்களில் நான் எப்போதுமே முன்பணம் எதுவும் கொடுப்பது கிடையாது. என்றாலும் நீ வற்புறுத்தினாய் என்று நான் கொடுத்தேன். இப்போது வந்து சொல்கிறாய். அந்தப் பணம் எல்லாம் ஏற்கனவே செலவழித்து விட்டாய் என்று. உண்மையைச் சொல்வதென்றால் நீ சொல்லும் ஒரு வார்த்தையைக் கூட நான் நம்பவில்லை. அதுபோக இது போன்ற சின்ன வேலைக்கு நான் ஏன் உனக்கு நிறைய பணம் கொடுக்க வேண்டும்? என்னால் இதை புரிந்து கொள்ளவே முடியவில்லை. நல்லது. நான் பணம் கொடுக்கிறேன். ஆனால் இன்னும் இரண்டு நாட்களுக்குள் அந்தப் பொருள் என் கைக்கு வந்தாக வேண்டும். இந்த தடவை எந்த சாக்குப்போக்கிற்கும் வழி இல்லை. புரிந்ததா?”

இதைத் தொடர்ந்து முழு அமைதி நிலவியது. பிறகு காலடிச் சத்தம் கேட்டது. யாரோ முன்வாயிலை நோக்கி நடந்து போவதாகத் தோன்றியது. ஒரு நிமிடத்திற்கு அந்த வேலையாள் திரும்பி வந்து என்னை பின் தொடர்ந்து வாருங்கள் என்றார்.

சௌதுரியின் தோற்றமோ தலையிலிருந்து கால் கட்டை விரல் வரை உண்மையிலேயே வெல்வெட் போல மென்மையாகத்தான் இருந்தது. மாலை 6 மணி ஆனபோதிலும் அவரது கன்னங்கள் வழுவழுப்பாகவும், பளபளப்பாகவும் மின்னின.

நிச்சயமாக அவர் தினமும் இரண்டு முறை ஷேவ் செய்கிறார்! என்று மனதிற்குள் நினைத்துக் கொண்டேன். பின்னர் லால்மோகன் பாபு எங்களிடம் சொன்னார். “அந்த ஆளின் கன்னத்தில் ஏதாவது பூச்சி வந்து உட்கார்ந்தாலும் அது வழுக்கி விழுந்து விடும்!”

மிகப்பெரிய வரவேற்பு அறை. அந்த வீட்டின் முதலாளியைப் போலவே பளபளப்பாகவும் நன்கு பாலீஷ் செய்யப்பட்டதாகவும் தோன்றியது. எங்கேயும் ஒரு துரும்பிற்குக் கூட தூசி கண்ணில் படவில்லை. அதன் மூலை முடுக்குகளும் எறும்பும் கரப்பான்பூச்சியும் இல்லாமல்தான் இருந்தன என்று நிச்சயமாகவே தெரிந்தது.

திரு.சௌதுரி சிகரெட் பொருத்தப்பட்டிருந்தத தங்கத்தினால் ஆன ஒரு குழாயை உதட்டருகே கொண்டு சென்று, சிகரெட்டை உறிஞ்சி விட்டு ஃபெலுடாவை ஏறிட்டுப் பார்த்தார். “நல்லது கடிகாரத்தை கொண்டு வந்திருக்கிறீர்களா?” என்று கேட்டார் அவர்.

அந்தக் கேள்வியை கேட்டதுமே எங்கள் அனைவருக்குமே தூக்கி வாரிப் போட்டது. ‘கடிகாரமா என்ன கடிகாரம்?’ என்றார் ஃபெலுடா.

‘ஒரு கடிகாரம் சம்பந்தமாக என்னை பார்க்க வேண்டுமென்று நீங்கள்தானே சொன்னீர்கள்? பேப்பரில் என்னுடைய விளம்பரத்தை பார்த்திருப்பீர்கள் என்று நினைத்தேன். அதற்காகத்தான் என்னை அழைத்தீர்கள் என்றும் நினைத்தேன்.’

ஃபெலுடா அவரிடம் சொன்னார். ‘தயவு செய்து என்னை மன்னித்து விடுங்கள் மிஸ்டர்சௌதுரி. உங்கள் விளம்பரத்தை நான் பார்க்கவில்லை. எனக்கு ஒரு தகவல் தேவைப்படுகிறது. அது கடிகாரம் தொடர்பாக இருக்கவும் கூடும். கடிகாரத்தைப் பற்றி உங்களுக்கு நிறைய விஷயம் தெரியும் என்று கேள்விப்பட்டேன். அதனால்தான் நான்...’

அந்த வெல்வெட் முகத்தில் சுருக்கங்கள் தோன்றின. சௌதுரி தனது நாற்காலியில் லேசாக அசைந்தார். அவர் கொஞ்சம் எரிச்சல் அடைந்ததாகத் தோன்றியது. “மிஸ்டர்மித்தர்! என் கையில் நேரம் அதிகமில்லை. ஊருக்கு புறப்பட வேண்டியிருக்கிறது. எனவே தயவுசெய்து சொல்ல வந்த விஷயத்தை சுருக்கமாகச் சொல்லுங்கள்!’

‘பெரிகல் ரிப்பீட்டர் என்றால் என்ன? அதைத்தான் நான் தெரிந்து கொள்ள விரும்புகிறேன்.’

அந்த வெல்வெட் முகம் இதைக் கேட்டதும் கல்லாக இறுகியது. அவரது உதட்டில் தொங்கிக் கொண்டிருந்த சிகரெட் குழாய் ஒரு சில இஞ்ச் கீழே நகர்ந்தது. திரு.சௌதுரியின் கண்களோ அசையாமல் ஃபெலுடாவையே வெறித்துப் பார்த்துக் கொண்டிருந்தன.

'அந்தப் பெயர் எங்கிருந்து உங்களுக்கு கிடைத்தது?'

'19வது நூற்றாண்டில் எழுதப்பட்ட ஒரு நாவலில்!'

தேவையானதைப் பெற வேண்டுமானால் பொய் சொல்லுவதற்கு ஃபெலுடா கொஞ்சம்கூட தயங்க மாட்டார் என்று எனக்கு நன்றாகவே தெரியும். இதற்கு முன்பும் பல முறை பார்த்திருக்கிறேன். 'ஒரு ரிப்பீட்டர் என்பது துப்பாக்கியாகவோ அல்லது கடிகாரமாகவோ இருக்கலாம் என்று எனக்குத் தெரியும். அகராதியிலும் அதை நான் பார்த்து விட்டேன். என்றாலும் பெரிகல் பற்றி யாராலும் எனக்கு ஒன்றையும் சொல்ல முடியவில்லை.'

சௌதுரி இன்னமும் பெலுடாவையே வெறித்துப் பார்த்துக் கொண்டிருந்தார். அவர் பேசத் துவங்கியபோது அந்த வெல்வெட் குரலில் கொஞ்சம் கொடூரமும் சேர்ந்திருந்தது. 'மிஸ்டர்மித்தர்!' பழக்கமில்லாத ஒரு வார்த்தை உங்கள் கண்ணில்பட்டால் அதன் பொருளை தெரிந்து கொள்வதற்காக முன்பின் அறியாதவர்களைக் கூட நீங்கள் சந்திப்பீர்களா?'

'ஆமாம். தேவைப்பட்டால் அதையும் செய்வதுண்டு.'

இந்த விஷயத்தில் அதைத் தெரிந்து கொள்ள அவருக்கு என்ன அவசியம் என்று சௌதுரி தெரிந்து கொள்ள முனைவாரோ என்ற சந்தேகம் எனக்கிருந்தது. ஆனால் அந்தக் கேள்வியை கேட்பதற்கு பதிலாக அவர் ஃபெலுடாவையே தொடர்ந்து உற்றுப் பார்த்துக் கொண்டிருந்தார். ஒருசில நொடிகளுக்குப் பிறகு அவர் கேட்ட கேள்வி என் இதயத்தை வேகமாக துடிக்க வைத்தது. அந்த இதயத் துடிப்பின் ஒலி பக்கத்தில் சிறிய மேஜையின் மேல் வைக்கப்பட்டிருந்த கடிகாரத்தின் டிக் டிக் சத்தத்திற்கு ஏற்றபடி என் காதுகளில் சத்தமாகவே கேட்டது.

'நீங்கள் ஒரு துப்பறியும் நிபுணர்தானே?'

ஃபெலுடாவின் துணிச்சலைக் கண்டு எனக்கு உண்மையிலேயே மிகுந்த ஆச்சரியமாகத்தான் இருந்தது. அவரது பதில் வருவதற்கு ஐந்து நொடிப் பொழுதுகள் தாமதமானது. என்றாலும் அவரது குரல் சாதாரணமாக, மென்மையாகவே இருந்தது.

'நீங்களும் நல்ல விஷயம் தெரிந்தவராகத்தான் இருக்கிறீர்கள்!'

'மிஸ்டர் மித்தர்! நான் அப்படித்தான் இருக்க வேண்டியிருக்கிறது. தகவலை சேகரித்து எனக்கு கொடுப்பதற்கு என்னிடம் ஆட்கள் இருக்கிறார்கள்.'

'நான் இப்போது கேட்ட கேள்வியை நீங்கள் மறந்து விட்டீர்கள் போல் தெரிகிறது. ஒருவேளை அதற்கான பதில் உங்களுக்குத் தெரியாமல்கூட இருக்கலாம். உங்களுக்கு ஒருவேளை தெரிந்திருந்து, எனக்கு சொல்ல விருப்பமில்லை என்றால், நான் கிளம்புகிறேன். உங்களது பொன்னான நேரத்தை இதற்கு மேலும் வீணாக்குவதில் அர்த்தமில்லை.'

'உட்காருங்கள் மிஸ்டர் மித்தர்!'

அதற்குள் ஃபெலுடா இருக்கையை விட்டு எழுந்திருந்தார். அதற்காகத்தான் இந்த கட்டளை அவரிடமிருந்து வந்தது என்று புரிந்தது. லால்மோகன் பாபுவை லேசாக ஓரக்கண்ணால் பார்த்தேன். அவரது உடலின் சக்தியை எல்லாம் இழந்து விட்டவராக அவர் தோன்றினார். அவர் இருக்கையை விட்டு எழுந்திருக்க யாராவது உதவி செய்தால்தான் உண்டு என்பது போலத்தான் தோன்றியது.

'தயவு செய்து உட்காருங்கள்' என்றார் சௌதுரி.

ஃபெலுடா மீண்டும் இருக்கையில் அமர்ந்தார்.

மஹாதேவ் சௌதுரி எங்களிடம் சொன்னார். 'ரிப்பீட்டர் என்பது ஒரு துப்பாக்கி என்றாலும் பெரிகல் என்ற வார்த்தை அதனோடு சேரும்போது அது கடிகாரமாகி விடுகிறது. அதாவது கையில் (அல்லது இடுப்பில் தொங்க விடப்படும்) கடிகாரம். பிரான்சிஸ் பெரிகல். அவர் ஒரு ஆங்கிலேயர். 18வது நூற்றாண்டின் இறுதியில் பெரிகலைப் போன்ற திறமைமிக்க கடிகாரத் தயாரிப்பாளர்கள் உலகத்திலேயே ஒரு சிலர்தான் இருந்தனர். 200 வருடங்களுக்கு முன்னால் ஸ்விட்சர்லாந்து அல்ல இங்கிலாந்தில்தான் மிகச் சிறந்த கடிகாரங்கள் தயாரிக்கப்பட்டன.'

'ஒரு பெரிகல் ரிப்பீட்டர் இன்றைக்கு என்ன மதிப்பு இருக்கும்?'

'மிஸ்டர் மித்தர்! உங்களால் எந்த காலத்திலும் அதை வாங்கவே முடியாது!'

'ஆமாம். அதுவும் எனக்குத் தெரியும்.'

'ஆனால் என்னால் முடியும்.'

'அதுவும் எனக்குத் தெரியும்.'

'அப்படியிருக்கும்போது அதன் விலையை ஏன் தெரிந்து கொள்ள விரும்புகிறீர்கள்?'

'ஒருவிதமான ஆர்வம்தான்.'

'தேவையில்லாத ஆர்வம். அதனால் எந்தவித பயனுமில்லை.'

அவரது சிகரெட்டை கடைசியாக இழுத்து புகைவிட்ட பிறகு அந்தக் குழாயிலிருந்து சிகரெட்டை எடுத்து அருகிலிருந்த கண்ணாடி ஆஷ்ட்ரேயில் நசுக்கினார் செளதுரி. பின்பு அவர் எழுந்து கொண்டார்.

'நீங்கள் விரும்பிய தகவல் உங்களுக்குக் கிடைத்துவிட்டது. இப்போது நீங்கள் போகலாம். இந்த கல்கத்தா நகரத்திலேயே ஒரே ஒரு பெரிகல் ரிப்பீட்டர்தான் இருக்கிறது. அதுவும் என் கைகளில்தான் கிடைக்கப் போகிறது. உங்களிடம் அல்ல.. பியாரே லால்!'

அதே வேலையாள் திரும்ப உள்ளே வந்தார். எங்களை வரவேற்று அழைத்துச் சென்ற அதே ஆள்தான். நாங்கள் அறையை விட்டு வெளியேறும்போது அதே வெல்வெட் மீண்டும் ஒருமுறை ஒலித்தது. 'மிஸ்டர் மித்தர்! என்னிடம் வேறு வகையான ரிப்பீட்டரும் இருக்கிறது. ஆனால் அதன் சத்தம் கடிகாரத்தைப் போல் அவ்வளவு சங்கீதமாக ஒலிக்காது!'

'அந்த ஆளைப் பார்த்தால் இந்த கதையின் கதாநாயகனைப் போலத்தான் தெரிகிறது!' என்றார் லால் மோகன் பாபு.

அலிப்பூர் பார்க்கிலிருந்து அப்போதுதான் நாங்கள் திரும்பிக் கொண்டிருந்தோம். மீண்டும் மழை பெய்யத் தொடங்கியிருந்தால் காரின் ஜன்னல் கண்ணாடிகளையெல்லாம் மேலே ஏற்றியிருந்தோம். ஜட்ஜஸ் கோர்ட் சாலையை நாங்கள் அடைந்ததுமே மழை பெய்யத் துவங்கியிருந்தது.

ஃபெலுடா பதிலேதும் பேசவில்லை. அவர் ஜன்னல் வழியாக வெளியே பார்த்துக் கொண்டிருந்தார். லால்மோகன் பாபுவால் நீண்ட நேரம் அமைதியாக இருக்க முடியவில்லை. அவர் மீண்டும் பேசத் துவங்கினார். 'கதாநாயகன் என்பதை விட வில்லன் என்று அவரை அழைப்பதுதான் பொருத்தமாக இருக்குமென்று நான் நினைக்கிறேன். என்றாலும் ஒரு குற்றத்தைப் பற்றி விசாரிக்கும்போது யாருமே சந்தேகத்திற்கு அப்பாற்பட்டவர்கள் அல்ல என்று நீங்கள்தான் அடிக்கடி என்னிடம் சொல்லியிருக்கிறீர்கள். யார் வேண்டுமானாலும் வில்லனாக இருக்கலாம். எனவே நான் அந்த வார்த்தையை பயன்படுத்தவில்லை. ஏன் சந்தேகப்படவேண்டும் என்றுதான் எனக்கு தெரியவில்லை. ஒரு கல்லறை தோண்டப் பட்டிருக்கிறது என்பது உண்மைதான். ஆனால் அதுவே ஒரு குற்றமாகி விடுமா என்ன?'

அப்போதும்கூட ஃபெலுடா எதுவும் பேசவில்லை. லால்மோகன் பாபு இப்போது கொஞ்சம் பொறுமை இழந்தார். 'ஃபெலுபாபு! என்ன ஆயிற்கு உங்களுக்கு? விட்டுவிடப் போகிறீர்களா என்ன? அப்படி நீங்கள் கைவிட்டு விட்டால் எங்கள் கதி என்ன ஆகும்? முதலில் அந்த ஆளின் நடத்தை... அதைப் பார்க்கும் போதே என் உடம்பெல்லாம் சில்லிட்டுப் போய்விட்டது. அதற்கும் மேலாக அந்த கடிகாரங்கள் எல்லாமே மணி அடித்துக் கொண்டிருந்தன. இப்போதும்கூட நீங்கள் ஒரு வார்த்தைக் கூட பேசமாட்டேன் என்கிறீர்கள்! தட்பவெப்ப நிலை மோசமாக இருக்கிறது... ரோடெல்லாம் மேடும் பள்ளமுமாக இருக்கிறது... இப்படி ஏதாவது பேசுங்களேன்!'

ஒரு வழியாக ஃபெலுடா வாயைத் திறந்தார். 'கங்குலி பாபு! நீங்கள் நினைப்பது தவறு. நான் ஒன்றும் எதையும் விட்டுவிடவில்லை. குழப்பமான ஒரு சதி வலையிலிருந்து வெளியேற வழி தெரியும்போது நீங்கள் விட்டுவிடுவீர்களா என்ன?'

'அப்படியென்றால் வழி கண்டுபிடித்து விட்டீர்களா என்ன?'

'ஆமாம். என்றாலும் அடுத்த முனையில் என்ன காத்திருக்கிறது என்று எனக்குத் தெரியாது. எதுவுமே வெட்ட வெளிச்சமாக இருக்காது. ஒரு முடிவு கிடைப்பதற்கு முன்னால் எல்லாவிதமான திருப்பங்களையும், வளைவுகளையும் சமாளித்துக் கொண்டுதான் நாம் முன்னேற வேண்டும்.'

நாங்கள் வீட்டை அடைந்த பிறகும்கூட தூறல் போட்டுக் கொண்டுதான் இருந்தது. மறுநாள் காலையிலேயே வந்து விடுவதாக உறுதியளித்துவிட்டு லால்மோகன் பாபு புறப்பட்டார். அப்போது அவர் சொன்னார். 'ஃபெலு பாபு! என்னுடைய உதவியில்லாமல் உங்களால் எதையும் செய்ய முடியும் என்றுதான் நினைக்கிறேன். கொஞ்சம் யோசித்துப் பாருங்கள். பஸ்ஸில் பயணம் செய்ய வேண்டியிருந்தால் எவ்வளவு நேரத்தை நீங்கள் வீணடித்திருப்பீர்கள்?'

அன்று பகல்பொழுதில் மதிய உணவு சாப்பிட்டுக் கொண்டிருந்தபோது ஃபெலுடா அவரது குறிப்பேட்டில் ஏதோ எழுதிக் கொண்டிருப்பதைப் பார்த்தேன். அது என்ன என்று தெரிந்து கொள்வதற்காக இரவு உணவிற்குப் பிறகு அவரது அறைக்குச் சென்றேன். எப்படியிருந்தாலும் நான் அவரோடு

பேசத்தான் வேண்டியிருந்தது. ஏனென்றால் அவரைப்பற்றி எனக்கு மிகுந்த கவலையாகத்தான் இருந்தது. மஹாதேவ் சௌதுரியை பார்த்து, அவர் பேசியதை கேட்ட பிறகு நான் கவலைப்பட்டதில் நியாயமும் இருந்தது. அவரது முகத்தை நான் நினைவு படுத்திக் கொள்ளும் போதெல்லாம் என் இதயம் குலுங்கியது. கதாநாயகனோ வில்லனோ லால்மோகன்பாபு அவரை எப்படி அழைத்தாலும் சரி. என்னைப் பொறுத்தவரையில் அந்த ஆள் பயப்படவேண்டிய ஒரு நபர்தான். அவரது தோற்றம் வேண்டுமானால் வெல்வெட் போல மென்மையாக தோன்றலாம். ஆனால் உள்ளுக்குள்ளே அது பாலைவனத்தில் இருக்கும் முட்செடிப் புதரைப் போல் கடினமாகவும், தொட்டால் குத்துவதாகவுமே இருந்தது.

என்றாலும் ஃபெலுடா இதைப் பற்றி யெல்லாம் கவலைப்பட்டவராகவே தோன்றவில்லை. அவரது குறிப்பேட்டில் இருந்த ஒரு வரைபடத்தையே அவர் உற்றுப்பார்த்துக் கொண்டிருந்தவர். நான் அவரது அறைக்குள் நுழைந்ததுமே, அதை என்னிடம் நீட்டியபடியே சொன்னார். இந்த மரத்தையும் அதன் கிளைகளையும் பாரேன்! அதைப் பார்க்கும்போது இப்படித்தான் இருந்தது!

தாமஸ் காட்வின்
1788-1858

டேவிட் காட்வின் 1816-1874 | ஜான்காட்வின் (1818-1858) | கார்லெட்காட்வின் (திருமணம் செய்துகொள்ளாதவர்) (1819-1886)

ஆண்ட்ரூ காட்வின் (1847-1882) | ???

சார்லஸ் காட்வின் (1880-1920)

மார்கஸ் காட்வின் (1914 -)

கிறிஸ்டோபர் காட்வின் (?)

'வலது பக்கத்தில் எல்லாமே காலியாகத் தெரியவில்லை?' என்று கேட்டார் ஃபெலுடா.

'ஆனால் அது அப்படித்தான் இருக்கும். கார்லெட் திருமணமே செய்துகொள்ளவில்லையே?'

'இல்லை. நான் கார்லெட் பற்றி நினைக்கவில்லை. அவரது விஷயம் நேரடியான ஒன்றுதான். பிரச்சனை என்பது ஜான் என்பவரைப் பற்றிதான். அந்த குறிப்பிட்ட கிளை மட்டும்தான் கண்ணில் தென்படாமல் மறைந்திருக்கிறது. என்றாலும் திருப்பிப் பார்க்கும்போது எனக்கு ஏதோ தென்படுகிறது. அதை மட்டும் ஒழுங்காகப் பார்க்க முடிந்தால் இந்த விஷயத்தில் கொஞ்சம் தெளிவு பிறக்கும். அநேகமாக நாளை காலையில் அது முடியலாம்.'

ஃபெலுடா மீண்டும் பொடி வைத்துப் பேச தொடங்கியிருந்தார். வழக்கமாக அவர் செய்வதுதான். நான் கேட்டாலும்கூட அவர் எதையும் விளக்கமாட்டார் என்றும் எனக்குத் தெரியும்.

நாங்கள் பேசிக் கொண்டிருந்த போதே மழை நின்றிருந்தது. எனக்கு வியப்பளிக்கும் விதமாக ஃபெலுடா திடீரென்று எழுந்து நின்றார்.

'வெளியே போகப் போகிறீர்களா, என்ன?' என்று கேட்டேன்.

'ஆமாம் சார்!'

'என்ன விஷயம் ? எங்கே போகிறீர்கள்?'

'வேலைக்குப் போக வேண்டும்!'

'வேலையா?'

'ஆமாம். இன்றைய இரவு நான் காவலாளியாக வேலை பார்க்கப் போகிறேன்.'

ஃபெலுடா அவரது வேட்டைக்கான காலணிகளை வெளியே எடுத்து வைத்திருப்பது திடீரென்று என் கண்ணில் தென்பட்டது. ஒவ்வொரு முறை அந்தக் காலணிகளை பார்க்கும்போதெல்லாம் எனக்கு மயிர்க்கூச்செரியும். ஏனென்றால் ஃபெலுடாவின் கடந்த கால அதிதீவிர நடவடிக்கைகள் ஒவ்வொன்றிலுமே அந்தக் காலணிகளுக்கு தொடர்பு இருந்தது. இன்றைய இரவு அவர் கல்லறைக்கு போவதாக திட்டமிட்டிருந்தால், இந்தக் காலணிகள் மிகவும் பொருத்தமானதாகத்தான் இருக்கும்.

'கல்லறைக்கா போகப் போகிறீர்கள்?' என்று கேட்டேன். என் குரலில் சற்றே நடுக்கம் இருந்தது.

'ஆமாம். வேறெங்கே போவேன்?'

'தனியாகவா போகிறீர்கள்?'

'கவலைப்படாதே. எனது துணையையும் எடுத்துக் கொண்டுதான் போகிறேன். எனது ரிப்பீட்டர்.'

ஃபெலுடா அவரது 32 கோல்ட் கைத்துப்பாக்கியை எடுத்து பாக்கெட்டில் வைத்துக் கொண்டார். எனக்கு இது பிடிக்கவேயில்லை 'அங்கே என்ன நடக்கும் என்று நினைக்கிறீர்கள்? ஏற்கனவே அந்த கல்லறையை தோண்டியிருக்கிறார்கள். கடிகாரம் எதையாவது யாராவது பார்த்திருந்தார்கள் என்றால் அவர்கள் எடுத்துக் கொண்டு போயிருப்பார்கள்.'

'இல்லை. அதை தோண்டியவர்கள் யாராக இருந்தாலும் சரி. அவர்கள் அந்த மண்டையோட்டை பார்த்த நிமிடத்திலேயேஅந்த இடத்தை விட்டு ஓடிவிட்டார்கள். அதற்கு மேல் தொடர அவர்களுக்கு தைரியமில்லை. அந்த அளவிற்கு அவர்கள் பயந்து போயிருக்கிறார்கள். இல்லை என்றால் அந்த மண்வெட்டியை அப்படியே போட்டுவிட்டு ஓடியிருக்க மாட்டார்கள். அதை திரும்ப எடுத்துக் கொண்டு போயிருப்பார்கள் அல்லது வேறெங்காவது ஒளித்திருப்பார்கள்.'

இது எனக்கு தோன்றவே இல்லை.

பத்து

ஃபெலுடா எப்போது வீட்டிற்கு திரும்பினார் என்று கடவுளுக்குத்தான் தெரியும். அடுத்த நாள் காலை நான் எழுந்து கீழே வந்தபோது மணி ஏழரை ஆகியிருந்தது. ஃபெலுடாவின் அறைக் கதவு மூடியிருந்தது. அநேகமாக அவர் இன்னமும் தூங்கிக் கொண்டிருக்கலாம். என்ன இருந்தாலும் தொடர்ந்து இரண்டு இரவுகளாக அவர் தூங்கவில்லை.

அவர் 9 மணிக்கு கதவைத் திறந்து கொண்டு வெளியே வந்தார். ஷேவ் செய்து முடித்து குளித்திருந்தார் என்று தெரிந்தது. அவரது முகத்தில் சிறிதளவு கூட சோர்வு தென்படவில்லை. என்னை பார்த்தபோது நேற்று இரவு கல்லறையில் எதுவும் நடக்கவில்லை என்பதை சுட்டிக் காட்டுவதுபோல் கட்டை விரலை லேசாக அசைத்துக் காட்டினார்.

ஒன்பதரை மணிக்கு லால்மோகன் பாபு வந்து சேர்ந்தார்.

'உங்களுக்குப் பிடித்திருக்கிறதா? என்று பாருங்கள்!'

அவர் வாக்குறுதி அளித்ததைப் போலவே அவரது தாத்தாவின் கைக்கடிகாரத்தை எடுத்து வந்திருந்தார். வெள்ளி கயிற்றில் இணைக்கப்பட்ட வெள்ளி நிறத்திலான கடிகாரம் அது.

லால்மோகன்பாபுவிடமிருந்து அந்த கடிகாரத்தை வாங்கிய ஃபெலுடா வியப்பான குரலில் கூறினார். 'மிகவும் அழகாக இருக்கிறது. ஒரு காலத்தில் குக்கெல்வி கம்பெனி கடிகாரத் தயாரிப்பாளர்கள் என்ற வகையில் அனைவருக்கும் தெரிந்த கம்பெனியாக இருந்தது.'

குரலில் சற்றே வருத்தத்துடன் லால்மோகன் பாபு கேட்டார். 'என்றாலும் இந்த கடிகாரத்தை நீங்கள் தேடவில்லைதானே? இது கல்கத்தாவில் தயாரானது.'

'ஆமாம். என்றாலும் உண்மையாகவா இதை எனக்கு கொடுக்க விரும்புகிறீர்கள்?'

'எனது ஆசிர்வாதத்துடனும் வாழ்த்துக்களுடனும் கொடுக்கிறேன். எப்படியிருந்தாலும் உங்களை விட நான் மூன்றரை வருடங்கள் மூத்தவன். அந்த வகையில் நான் ஆசீர்வாதம் செய்வதை நீங்கள் தவறாக எடுத்துக் கொள்ளக் கூடாது!'

'நன்றி.'

ஃபெலுடா அந்த கடிகாரத்தை தனது கைக்குட்டையால் சுற்றி தனது பாக்கெட்டிற்குள் வைத்துக் கொண்டார். பின்பு டெலிபோனை நோக்கி அவர் ஓர் அடி எடுத்து வைத்த அதே நேரத்தில் யாரோ கதவைத் தட்டும் சத்தம் கேட்டது.

நான் சென்று கதவைத் திறந்தால் கிரின் பிஸ்வாஸ் வெளியே நின்று கொண்டிருந்தார். நேற்று முன்தினம்தான் அவர் லேசாக கோடு காட்டியிருந்தார். என்றாலும் இவ்வளவு சீக்கிரமாக வந்து நிற்பார் என்று நான் உண்மையில் எதிர்பார்க்கவில்லை. கையில் ஒரு பெட்டியை வைத்துக் கொண்டு வேலைக்கு போவதுபோல கோட்சூட் என்று உடையணிந்திருந்தார் அவர்.

'நான் இப்படி அடித்துப் பிடித்துக் கொண்டு உள்ளே வந்ததற்காக தப்பாக எடுத்துக் கொள்ளாதீர்கள். உங்களை டெலிபோன் மூலம் தொடர்பு கொள்ள முயற்சி செய்தேன் என்றாலும் முடியவில்லை. குறைந்தது 10 நிமிடமாவது டயல் செய்திருந்திருப்பேன்.' என்றார் அவர். கொஞ்சம் கலக்கத்துடனும் பயத்துடனும் இருப்பதுபோலத்தான் அவரது பேச்சிலிருந்து தென்பட்டது.

'இல்லையில்லை. நான் அப்படி நினைக்க மாட்டேன். டெலிபோன் வேலை செய்தால்தான் அதிசயம். அப்படித்தானே? என்ன விஷயமாக வந்தீர்கள்?'

பிஸ்வாஸ் ஒரு நாற்காலியில் உட்கார்ந்தார். லால்மோகன் பாபுவும் நானும் எங்களது சோபாவிற்கு சென்று அமர்ந்தோம். ஃபெலுடா அவரது வழக்கமான சாய்வு படுக்கையில் அமர்ந்தார்.

வியர்வை படிந்த நெற்றியை ஒரு கைக்குட்டையால் துடைத்துக் கொண்டவாறே பிஸ்வாஸ் சொன்னார். யாரைப் போய் பார்ப்பது என்று என்னால் தீர்மானிக்க முடியவில்லை. 'உண்மையைச் சொல்ல வேண்டுமென்றால் போலீஸின் மீது எனக்கு எளிதாக நம்பிக்கை ஏதுமில்லை. நீங்கள் எங்களை பார்க்க வந்ததால்...'

'என்ன பிரச்சினை?'

பிஸ்வாஸ் தொண்டையை கனைத்துக் கொண்டு சொன்னார். 'என் அண்ணனுக்கு மரம் முறிந்து விழுந்ததால் அடிபடவில்லை.'

அடுத்த சில நொடிகள் அமைதியாகச் சென்றது. இறுதியில் ஃபெலுடாதான் அந்த மௌனத்தைக் கலைத்தார். 'இல்லையா? அப்படி என்றால் உண்மையில் என்னதான் நடந்தது?'

'வேண்டுமென்றேதான் அவர் தாக்கப்பட்டார். அவரது தலையில் விழுந்த அடி அவரை கொல்வதற்கான முயற்சிதான்.'

அமைதியாக பாக்கெட்டிலிருந்து சார்மினார் சிகரெட் பாக்கெட்டை வெளியே எடுத்த ஃபெலுடா பிஸ்வாஸிடம் அதை நீட்டினார். அவர் அதை அமைதியாக மறுத்துவிட்டார். பின்பு ஃபெலுடா ஒரு சிகரெட்டை எடுத்துக் கொண்டே கேட்டார். 'ஆனால் மரம்தான் தன்னை வீழ்த்தியது என்று உங்கள் அண்ணன் நினைத்துக் கொண்டிருக்கிறாரே?'

'அது ஏனென்றால் தனது சொந்த மகனை சுட்டிக் காட்டுவதைவிட இறந்து விடுவது மேல் என்றுதான் அவர் நினைக்கிறார்.'

'அவரது சொந்த மகனா?'

'பிரசாந்தா அவரது மூத்த மகன். இளைய மகன் இங்கிலாந்தில் இருக்கிறான்.'

'பிரசாந்தா என்ன செய்கிறான்?'

'அவன் என்ன செய்யவில்லை என்பதை சொல்வதுதான் எளிது. சட்டவிரோதமான செயல்கள் அனைத்திலும் அவனுக்கு தொடர்பு உண்டு. கடந்த 3 அல்லது 4 வருடங்களில்தான் அவன் இப்படி மாறி விட்டான். எனது மைத்துனி அதாவது பிரசாந்தாவின் அம்மா 1970 இல் இறந்து போனார். ஒரு மாதத்திற்கு முன்னால் பிரசாந்தாவின் நடத்தையால் வெறுப்புற்ற எனது அண்ணன் தனது உயிலில் இருந்து அவனை நீக்கிவிடப் போவதாக அவனை அச்சுறுத்தி இருக்கிறார். இன்னொரு மகனான சுசந்தாவிற்கே தனது சொத்துக்கள் அனைத்தையும் விட்டுச் செல்லப் போவதாகவும் அவர் சொல்லியிருக்கிறார்.'

'அப்படியா? பிரசாந்தா உங்களைப் போலவே அதே வீட்டில்தானே வசிக்கிறான்?'

'தங்கலாம்தான். எங்களோடு தங்குவதற்கான உரிமையும் அவனுக்கு உள்ளது. அவனக்கென ஒரு அறையும்கூட இருக்கிறது.

என்றாலும். அவன் அங்கு தங்குவதில்லை. அவன் எங்கே வசிக்கிறான் என்பதை சொல்வதுகூட கடினம். ஒரு கூட்டத்தைச் சேர்ந்தவர்களில் ஒருவனாகத்தான் அவன் இருக்கிறான். அவர்கள் ஒவ்வொருவருமே கீழ்த்தரமான குற்றங்களை செய்பவர்கள்தான். அந்த படுமோசமான சூறாவளி காற்று மட்டும் துவங்கியிருக்காவிட்டால் அவன் நிச்சயமாக தனது தந்தையை கொன்றிருப்பான் என்றுதான் நான் நினைக்கிறேன்.'

'இதைப் பற்றியெல்லாம் உங்கள் அண்ணன் என்ன சொல்கிறார்?'

'மரம்தான் என்று அவர் சாதிக்கிறார். அவரது காயத்திற்கு தனது மகன்தான் காரணமாக இருக்கக்கூடும் என்று அவர் நம்ப விரும்பவில்லை. இருந்தாலும் இதை நான் சொல்லித்தான் ஆக வேண்டும். பிரசாந்தா எனது அண்ணன் மகனாக இருக்கலாம். என்றாலும் அவனைத் தடுத்து நிறுத்த நீங்கள் ஏதும் செய்யவில்லை என்றால் அவன் மீண்டும் அவரைக் கொல்வதற்கு முயற்சி செய்வான்.'

'நரேன் பிஸ்வாஸ் புதிதாக ஒரு உயில் தயாரித்தால், அவரை கொல்வதால் அவரது மகனுக்கு எந்தவித லாபமும் நிச்சயமாக இருக்காதல்லவா?'

'இல்லை. எப்போதுமே பணத்தால் லாபம் பெறுவது மட்டுமே காரணமாக இருக்காது. அவன் கோபப்பட்டு, தன்னிலை மறந்தும் கூட அதைச் செய்யலாம். பழிக்குப் பழி வாங்குவதற்காகவும், பழைய கணக்குகளை தீர்ப்பதற்காகவும் கூட ஒரு சிலர் கொலை செய்கிறார்கள் இல்லையா? அதுபோக என் அண்ணன் தனது உயிலை மாற்ற மாட்டார். அவரால் நிதானமாக யோசிக்கவும் இயலவில்லை. பெற்ற பாசம் எந்த அளவிற்கு இட்டுச் செல்லும் என்று உங்களுக்குத் தெரியாது மித்தர்!'

'இதுநாள் வரையில் நான் வீட்டிலேயே இருந்து வந்தேன். ஆனால் வேலையாக நான் வெளியூருக்கு ஒருசில நாட்களுக்கு போக வேண்டியிருக்கிறது. எனது வியாபாரம் விஷயமாகத்தான் போகிறேன். எனவேதான் நான் உங்களிடம் வந்தேன். நீங்கள் தயவு செய்து...'

ஃபெலுடா அவரது பேச்சில் குறுக்கிட்டார். அவர் தனது சிகரெட் சாம்பலை ஆஷ்ட்ரேயில் தட்டிவிட்டு சொன்னார். 'மிஸ்டர் பிஸ்வாஸ் இதைச் சொல்வதற்கு என்னை மன்னிக்க வேண்டும். ஏற்கனவே வேறு ஒரு வழக்கில் நான் ஈடுபட்டு

வருகிறேன். நிச்சயமாக உங்கள் அண்ணனுக்கு ஒரு வகையான பாதுகாப்பு அளிக்கத்தான் வேண்டும் என்றாலும் மரம் விழுந்ததால்தான் தனக்கு காயம்பட்டது என்று இன்னமும் அவர் பிடிவாதம் பிடித்துக் கொண்டிருந்தால், உலகத்திலுள்ள எந்தவொரு போலீஸ் படையாலும் அவருக்கு உதவி செய்ய முடியாது.'

கிரின் பிஸ்வாஸ் கிளம்பிப் போனார். அவர் வருவதற்கு முன்னால் மேக மூட்டமான, மழை நிரம்பிய பல நாட்களுக்குப் பிறகு நல்ல வெயில் அடித்ததைக் கண்டு நாங்கள் அனைவரும் மிகுந்த உற்சாகத்துடன் இருந்தோம். அந்த உற்சாகத்தை கிரின் பிஸ்வாஸின் வருகை சீர்குலைத்து விட்டது.

அவர் போன பிறகு ஃபெலுடா சொன்னார் 'மிகவும் விசித்திரமாகத்தான் இருக்கிறது!' பின்னர் பிஸ்வாஸ் வருவதற்கு முன் அவர் தொடர்பு கொள்ள விரும்பிய நபருடன் டெலிபோனில் தொடர்பு கொண்டார்.

'ஹலோ சுக்ரித். 'பெலு பேசுகிறேன்.'

சுக்ரித் சென்குப்தாவும் ஃபெலுடாவும் கல்லூரியில் வகுப்புத் தோழர்கள்.

'கொஞ்சம் நிதானமாகக் கேட்டுக் கொள். உன் வீட்டில் பிரசிடென்சி கல்லூரியின் சிறப்பு மலர் ஒன்றை நான் ஒருமுறை பார்த்திருக்கிறேன். அக்கல்லூரியின் நூற்றாண்டை ஒட்டி வெளியிடப்பட்ட சிறப்பு மலர் அது. அநேகமாக அது உன் அண்ணனுடையதாகத்தான் இருக்க வேண்டும். அநேகமாக 1955ஆம் ஆண்டில் வெளியிடப்பட்டதாக இருக்க வேண்டும். இன்னமும் அந்த சிறப்புமலர் அவரிடம் இருக்கும் என்று நினைக்கிறாயா?... ஓ. அப்படியா? நல்லது. நீ வேலைக்கு போவதற்கு முன்னால் அதை உன் வேலைக்காரனிடம் கொடுத்து விட்டுப் போகிறாயா? நான் பத்தரை மணி அளவில் உன் வீட்டிற்கு வந்து வாங்கிக் கொள்கிறேன். சரியா? ரொம்ப நன்றி.'

நாங்கள் தேநீர் குடித்து விட்டுக் கிளம்பினோம். ஃபெலுடா மூன்று இடங்களுக்குப் போக வேண்டியிருந்தது. நரேன் பிஸ்வாஸின் வீடு, போர்ன் அண்ட் ஷெப்பர்ட், பார்க் தெரு கல்லறை. நரேன் பிஸ்வாஸ் பெயரை அவர் சொல்லியதும் எனக்கு வியப்பாய் இருந்தது. 'ஃபெலுடா அதை விளக்கினார். 'அவரது தம்பி நம்மிடம் இப்போது சொன்னதை அப்படியே உதறி விடவும் முடியாது. எனவேதான் மீண்டும் ஒருமுறை பிஸ்வாஸின்

வீட்டிற்கு போக வேண்டியிருக்கிறது. அதன் பிறகு நீங்கள் இருவரும் கல்லறைக்கு வரவேண்டிய அவசியமில்லை. என்றாலும் இரவு காவலுக்குப் போகும்போது உங்களையும் வரும்படி அழைக்கிறேன். நள்ளிரவு நேரத்தில் அந்தக் கல்லறைப் பகுதியில் நிலவும் சூழ்நிலையை நீங்கள் அவசியம் பார்க்க வேண்டும்; உணரவும் வேண்டும். இல்லை என்றால் மிக மிக அதிசயமானதொரு அனுபவத்தை நீங்கள் இழந்து விடுவீர்கள்!'

'ஜெய் சந்தோஷி மா! என்று குரல் கொடுத்தார் லால்மோகன் பாபு. சற்று நேரத்திற்குப் பிறகு அவர் ஒரு சந்தேகத்தை எழுப்பினார். டார்ஜானின் மகன் என்பதைப் போல சந்தோஷி மாதாவின் மகன் என்று உருவாக்க முடியாதா என்ன? நீங்களே சொல்லுங்கள்!' புலாக் கோஷாலின் கோரிக்கை இன்னமும் அவரை யோசிக்க வைத்துக் கொண்டிருக்கிறது என்பதை அந்தக் கேள்வி எங்களுக்கு நன்றாகவே உணர்த்தியது.

நரேன் பிஸ்வாஸ் இப்போது உடல் அளவில் மிக நன்றாகவே இருந்தார். இப்போது வலி ஏதும் இல்லை என்றும் ஓரிரு நாட்களில் கட்டை கூட அவிழ்த்து விடுவார்கள் என்றும் அவர் கூறினார். இருந்தபோதிலும் அவர் மிகுந்த மகிழ்ச்சியுடன் இருப்பதாகத் தோன்றவில்லை. இன்னும் சொல்லப் போனால் அவர் மிகுந்த கவலையில் ஆழ்ந்திருந்ததாகவே தோன்றியது.

ஃபெலுடா சொன்னார். 'உங்களை ஒரு சில கேள்வி கேட்க வேண்டும். நீண்ட நேரம் எடுத்துக் கொள்ள மாட்டேன்.'

பிஸ்வாஸ் சற்றே சந்தேகத்துடன் அவரை ஏறிட்டுப் பார்த்து விட்டுக் கேட்டார். 'நான் கேட்பதை தவறாக எடுத்துக் கொள்ளவில்லை என்றால் ஒரே ஒரு கேள்வியை நான் கேட்க விரும்புகிறேன். நீங்கள் ஒரு துப்பறியும் நிபுணர் என்று எனக்குத் தெரியும். நீங்கள் ஏதாவது வழக்கை விசாரிப்பதில் இறங்கியுள்ளீர்களா?'

'ஆமாம். நீங்கள் சொல்வது சரிதான். நீங்கள் மட்டும் உண்மையை மறைக்காமல் இருந்தால் எனக்கு மிகவும் உதவியாக இருக்கும்.'

ஏதோ மன வலியை பொறுத்துக் கொள்வதைப் போல் பிஸ்வாஸ் தனது கண்களை மூடிக் கொண்டார். ஃபெலுடாவின் கேள்விகளுக்கு பதிலளிப்பது அவ்வளவு சுலபமானதல்ல என்பதை ஒருவேளை அவர் ஊகித்திருக்க வேண்டும்.

ஃபெலுடா கேள்வியைத் துவங்கினார். 'மருத்துவமனையில் உங்களுக்கு நினைவு திரும்பியபோது நீங்கள் ஒரு உயிலைப் பற்றி ஏதோ சொன்னீர்கள்.'

பிஸ்வாஸ் இன்னமும் கண்களைத் திறக்கவில்லை.

'ஏன் அப்படிச் சொன்னீர்கள்?'

இந்த முறை பிஸ்வாஸ் கண்களைத் திறந்தார். அவர் பேசுவதற்கு முன்பாக அவர் உதடுகள் அசைந்தன. அவை லேசாக நடுங்கியதையும் காண முடிந்தது. 'உங்களது கேள்விக்கு நான் பதிலளிக்க வேண்டும் என்ற கட்டாயம் ஏதும் இல்லை அல்லவா?'

'இல்லை. நிச்சயமாக இல்லை.'

'அப்படியென்றால், நான் பதில் கூறமாட்டேன்.'

ஃபெலுடா சற்று நேரம் மௌனமாக இருந்தார். நாங்களும்தான். பிஸ்வாஸ் வேறெங்கோ பார்த்துக் கொண்டிருந்தார்.

ஒரு சில நொடிகளுக்குப் பிறகு ஃபெலுடா சொன்னார். 'நல்லது. வேறு ஒரு விஷயத்தைப் பற்றி கேட்கிறேன்.'

'அதற்கும் பதில் சொல்லாமல் இருக்க எனக்கு உரிமை இருக்கிறது.'

'ஆமாம். நிச்சயமாக உங்களுக்கு அந்த உரிமை உண்டு.'

'அப்படியா?'

'விக்டோரியா என்பது யார்?'

'விக்டோரியாவா?'

'இந்த இடத்தில் ஒரு விஷயத்தை நான் ஒப்புக் கொள்ள வேண்டும். உங்கள் பர்ஸில் இருந்த பொருட்களை எடுத்துப் பார்த்திருந்தேன். அதில் ஒரு துண்டு சீட்டு இருந்தது...'

எங்களுக்கு வியப்பூட்டும் வகையில் பிஸ்வாஸ் திடீரென்று சிரிக்கத் துவங்கினார். 'ஹா! ஹா! ஹா! அது ஒரு பெரிய கதை. அதைப் பற்றி நான் சுத்தமாக மறந்தே போய் விட்டேன். நான் வேலையில் இருந்தபோது, என்னோடு வேலை செய்தவர்களில் ஒரு ஆங்கிலோ இந்தியரும் இருந்தார். அவரது பெயர் நார்ட்டன். ஜிம்மி நார்ட்டன். அவர் என்னிடம் ஒருமுறை தனது வீட்டில் நிறைய கடிதங்கள் இருப்பதாகச் சொன்னார். எல்லாமே அவரது பாட்டி எழுதியதுதான். அவற்றை நான் பார்க்கவேயில்லை. சிப்பாய் கலகம் நடந்தபோது ஏழு வயதாக இருந்த அவரது பாட்டி பெஹராம்பூரில்தான் இருந்தார் என்று தெரிய வந்தது. இந்த கடிதங்கள் அனைத்துமே அதற்கு பிறகு நீண்ட நாட்கள் கழித்தே எழுதப்பட்டன என்றாலும் தனது சிறுவயது அனுபவங்களை அக்கடிதங்களில் அவரது பாட்டி குறிப்பிட்டிருக்கிறார். இந்த நாட்களில் இதுபோன்ற விஷயங்கள்

குறித்து பொதுவாக ஆர்வம் இருப்பதாலும் பல புத்தகங்கள் எழுதப்பட்டு வருவதாலும், ஒரு சில வெளிநாட்டு பதிப்பாளர்களின் முகவரிகளை வாங்கித் தருகிறேன் என்று நான் நார்ட்டனிடம் கூறியிருந்தேன். இது போன்ற விஷயங்கள் பற்றி நார்ட்டனுக்கு எதுவும் தெரியாது. கொஞ்சம் பொறுங்கள். அந்த காகிதத்தை எடுத்துப் பார்க்கிறேன்!'

பிஸ்வாஸ் கையை நீட்டி பக்கத்தில் இருந்த மேஜையின் மேல் டிராயரைத இழுத்து அதிலிருந்த மணி பர்ஸை வெளியே எடுத்தார். அதில் அந்த துண்டு சீட்டு இருந்தது.

'இதோ பாருங்கள்! போர்ன் அண்ட் ஷெப்பர்ட். அவரது பாட்டியின் பழைய போட்டோ ஏதாவது இருக்கிறதா? என்று அவர்களிடம் கேட்கும்படி ஜிம்மியிடம் சொன்ன நினைத்திருந்தேன். மற்ற சுருக்கெழுத்துக்கள் எல்லாம் பல்வேறு பதிப்பாளர்களின் பெயர்கள். இந்த துண்டுச் சீட்டை ஜிம்மி நார்ட்டனிடம் என்னால் கொடுக்க முடியாமலே போய்விட்டது. அவனுக்கு மஞ் சள் காமாலை வந்து ஆறு வாரத்திற்கும் மேல் வேலைக்கே வரவில்லை. அதன் பிறகு அவன் அந்த வேலையையும் விட்டுவிட்டான்.'

ஃபெலுடா எழுந்து நின்றார். 'மிக்க நன்றி மிஸ்டர் பிஸ்வாஸ். அவ்வளவுதான். இருந்தாலும் ஒரே ஒரு விஷயம்தான். அது மிகவும் வருந்தத்தக்க ஒன்று என்றும் நினைக்கிறேன்.'

'என்ன அது?'

'எதிர்காலத்தில் நீங்கள் நூலகத்தில் ஏதாவது வேலையாகச் சென்றால் அங்கிருக்கும் பழைய புத்தகங்களிலிருந்தோ, பழைய செய்தித் தாள்களிலிருந்தோ எதையும் கிழித்து எடுக்கவோ அல்லது துண்டித்து எடுக்கவோ முயற்சி செய்யாதீர்கள். இதுதான் எனது ஒரே வேண்டுகோள். நாங்கள் விடை பெறுகிறோம்.'

நாங்கள் அந்த அறையை விட்டு வெளியேறினோம். எங்களை நேருக்கு நேராகக் கூட பிஸ்வாஸால் பார்க்க முடியவில்லை.

நரேன் பிஸ்வாஸின் வீட்டிலிருந்து நாங்கள் நேராக ஃபெலுடாவின் நண்பர் சுக்ரித் சென்குப்தாவின் வீட்டிற்குச் சென்றோம். அவரது வீடு வேணி நந்தன் தெருவில் இருந்தது. அவரது வேலைக்காரன் ஒரு பெரிய புத்தகத்தை எடுத்து வந்து ஃபெலுடாவிடம் கொடுத்தான். பிரசிடென்சி கல்லூரியின் நூற்றாண்டு விழா சிறப்பிதழ் அது. போர்ன் அண்ட் ஷெப்பர்ட்க்கு போகும் வழியில் ஃபெலுடா அந்த இதழை மிகுந்த கவனமாகப்

பார்த்துக் கொண்டே வந்தார். குறைந்தது மூன்று முறையாவது. இதை கற்பனையாவது செய்ய முடியுமா? என்று அவர் வியந்ததன் காரணத்தை என்னால் புரிந்து கொள்ள முடியவில்லை.

போர்ன் அண்ட் ஷெப்பர்டில் ஃபெலுடாவின் வேலை பத்தே நிமிடங்களில் முடிந்து விட்டது. ஒரு பெரிய சிவப்பு கவரை கையிலெடுத்துக் கொண்டு அவர் வெளியே வந்தார். அநேகமாக அது பெரிய வடிவிலான போட்டோவாக இருக்கலாம். அல்லது ஒன்றுக்கும் மேல் போட்டோ இருந்திருக்கலாம்.

'யாரடைய போட்டோ அது?' என்று கேட்டார் லால்மோகன் பாபு.

'சிப்பாய் கலகம்' என்று பதில் சொன்னார் ஃபெலுடா. நானும் லால்மோகன் பாபுவும் ஒருவரையொருவர் பார்த்துக் கொண்டோம். அந்த போட்டோ அல்லது போட்டோக்கள் மற்றவர்களின் பார்வைக்கு அல்ல என்பதை பெலுடாவின் பதிலில் இருந்தே புரிந்து கொண்டோம்.

ஃபெலுடா சொன்னார். 'இப்போது நாம் கல்லறைக்குப் போகலாம். என்றாலும் நீங்கள் இருவரும் உள்ளே வர வேண்டாம். எல்லாம் சரியாக இருக்கிறதா? என்று மட்டும் நான் பார்த்துவிட்டு வந்து விடுகிறேன்' என்றார் பெலுடா.

லால்மோகன் பாபுவின் டிரைவர் காரை கல்லறைக்கு முன்பாக நிறுத்தினார். முன்வாசல் வழியாக ஃபெலுடா உள்ளே நுழைந்தபோது அங்கிருந்த காவலாளி பரம்தேவ் அவருக்கு விறைப்பாக சல்யூட் அடிப்பதை நான் பார்த்தேன்.

ஒரு சில நிமிடங்களிலேயே ஃபெலுடா திரும்பி வந்து காருக்குள் ஏறிக் கொண்டார். 'எல்லாம் சரியாக இருக்கிறது!' என்றார் அவர். அன்று இரவு பத்தரை மணிக்கு கல்லறைக்குத் திரும்பவும் செல்வது என்று தீர்மானிக்கப்பட்டது.

எங்களது நாடகத்தின் இறுதிக் காட்சியை நாங்கள் நெருங்கிக் கொண்டிருக்கிறோம் என்று எனக்குள் ஏதோ சொல்லிக் கொண்டிருந்தது.

பதினொன்று

பல்வேறு மர்ம முடிச்சுகளை அவிழ்ப்பதற்காக நானும் ஃபெலுடாவும் சிக்கிம், லக்னோ, ராஜஸ்தான், சிம்லா, வாராணாசி என்று பல்வேறுபட்ட இடங்களுக்கும் சென்றிருக்கிறோம். நாங்கள் போன இடங்களிலெல்லாம் ஏராளமான அதி அற்புதமான அனுபவங்களை அடைந்திருக்கிறோம். என்றாலும் கல்கத்தாவை விட்டு வெளியே ஒரு அடி கூட எடுத்து வைக்காமலேயே மயிர்கூச்செரியும் அனுபவத்தை நாங்கள் இந்த முறை பகிர்ந்து கொள்ள நேரிடும் என்று நான் கற்பனை செய்துகூட பார்க்கவில்லை.

இந்த இறுதிநாளை லால்மோகன்பாபு கறுப்பு தினம் என்று குறிப்பிட்டார். பின்பு அதை கறுப்பு இரவு என்று அவரே மாற்றினார். அவர் என்னை கேட்ட போது நான் அதை ஒப்புக் கொள்ள வேண்டியிருந்தது. ஏனென்றால் இதற்கு முன்பு இத்தகையதொரு சிக்கலில் நாங்கள் மாட்டியதே இல்லை.

லால்மோகன் பாபு எப்போதுமே நேரம் தவறாமல் வரும் வழக்கம் உள்ளவர். இருந்தாலும் அவர் கார் வாங்கிய பிறகோ, இந்த நேரம் தவறாமையை மிகக் கடுமையாகப் பின்பற்றி வந்தார். அன்று இரவு அவர் எங்கள் வீட்டிற்கு திரும்ப வந்தபோது கார் ஹார்ன் ஒலி எழுப்புவதற்கு பதிலாக எங்கள் வீட்டுக் கதவை நாசூக்காகத் தட்டினார். ஃபெலுடாவும் நானும் ஏற்கனவே இரவு உணவை முடித்துக் கொண்டு தயாராக இருந்தோம். வேட்டைக் காலணியை நான் அணிந்திருந்தேன். அது ஒரு வருடத்திற்கு முன்புதான் வாங்கியது. ஃபெலுடாவுடையதோ பதினோரு வருடப் பழமையானது. அது நல்ல நிலைமையில் இல்லை என்றுதான் நினைக்கிறேன். ஏனென்றால் அதன் உட்புறப் பகுதியை நோண்டி ஃபெலுடா அதை சரிப்படுத்திக்

கொண்டிருந்ததை நான் கவனித்தேன். இப்போது காலணி அணிந்த பிறகு கொஞ்சம் நொண்டிக் கொண்டிருந்தார். ஒழுங்காக அவர் ஏதாவது செருப்புத் தொழிலாளியிடம் அதை எடுத்துச் சென்றிருக்கலாம். இன்றைய இரவு ஆபத்து நிரம்பியதாக இருக்கும் என்ற நிலையில் அவர் இது மாதிரி நொண்டிக் கொண்டு வருவது நிச்சயமாக சரிப்படாது என்று நினைத்தேன். சரிதானே?

கதவைத் தட்டும் சத்தம் கேட்டவுடனேயே நாங்கள் எழுந்து கொண்டோம். ஃபெலுடாவிடம், பழுப்பு நிற தோல்பை ஒன்று இருந்தது. அதன் உள்ளேயிருந்த போர்ன் அண்ட் ஷெப்பர்டிலிருந்து கிடைத்த சிவப்பு நிற கவரின் ஒரு பகுதி வெளியே நீட்டிக் கொண்டிருந்தது. அடர்த்தியான நிறத்தில் உடை அணியும்படி அவர் ஏற்கனவே எங்களிடம் கூறியிருந்தார். லால்மோகன்பாபு கறுப்பு நிறத்தில் சூட் அணிந்திருந்தார்.

எங்கள் வரவேற்பறைக்குள் நுழைந்தவாறே அவர் சொன்னார். 'நவீன மருந்துகள் எதையெல்லாம் செய்யக் கூடும் என்பதை உங்களால் நம்பவே முடியாது. மனதை அமைதிப்படுத்தும் மாத்திரை ஒன்றைப் பற்றி எனது டாக்டர் என்னிடம் கூறியிருந்தார். அதன் பெயரின் இறுதியில் இரண்டு ஓ இருக்கும். அவரது ஆலோசனைப்படி இன்று இரவு உணவிற்குப் பிறகு ஒரே ஒரு மாத்திரைதான் போட்டுக் கொண்டேன். அதற்குள்ளேயே எதையும் சமாளிக்கும், எதிர்கொள்ளும் துணிச்சல் எனக்கு வந்துவிட்டது. அன்பு தபேஷ்! எது வந்தாலும் சரி! இறுதி வரையில் நாம் போரிடுவோம். அப்படித்தானே?' என்றார் அவர். யாரை எதிர்த்து போராடப் போகிறோம் என்று அவருக்கும் தெரியாது. எனக்கும் தெரியாது.

கல்லறையின் முன் வாசலுக்கு சற்று தூரம் முன்பாகவே காரை நிறுத்திக் கொள்ள வேண்டும் என்று ஃபெலுடா முடிவு செய்திருந்தார். அடர்த்தியான நிறத்தில் உள்ள உங்கள் உடைகளுக்கு ஏற்ப உங்கள் காரின் நிறமும் இருந்திருந்தால் நான் கவலைப்பட்டிருக்க மாட்டேன் என்றார் அவர். செயின்ட் சேவியர் சர்ச்சை தாண்டி ராவ்டன் தெரு சந்திப்பை நாங்கள் அடைவதற்கு முன்பாகவே டிரைவர் ஹரியை காரை நிறுத்துமாறு சொன்னார் ஃபெலுடா. பின்பு அவர் எங்களிடம் நீங்கள் இரண்டு பேரும் முன்னால் போய்க் கொண்டிருங்கள். நான் ஹரிக்கு ஒருசில உத்திரவுகளை பிறப்பிக்க வேண்டியிருக்கிறது என்றார்.

நாங்களிருவரும் காரை விட்டு இறங்கி நடக்கத் துவங்கினோம். ஃபெலுடாவின் உத்திரவுகள் என்ன என்று கடவுளுக்குத்தான் வெளிச்சம். என்றாலும் ஹரியின் பொதுவான நடத்தையைப் பார்க்கும்போது அவர் எங்களின் நடவடிக்கைகளைக் கண்டு மிகவும் குழப்பமடைந்தவரைப் போலத்தான் தோன்றினார். எனவே இந்த நடவடிக்கையில் தானும் இறங்க அவர் தயாராக இருந்தார் என்றும் தெரிந்தது.

ஒருசில நிமிடங்களிலேயே ஃபெலுடா எங்களுடன் சேர்ந்து கொண்டார். 'இவ்வளவு நல்லதொரு டிரைவரை பெறுவதற்கு நீங்கள் மிகவும் அதிர்ஷ்டக்காரராகத்தான் இருக்க வேண்டும். அவர் மிகவும் நம்பிக்கைக்கு உகந்தவராகத்தான் தெரிகிறார். ஒருசில பொறுப்புகளை நிறைவேற்றும்படி அவரிடம் கேட்டுக் கொண்டிருக்கிறேன். இப்போதுதான் எனக்கு நிம்மதியாக இருக்கிறது.

'என்ன பொறுப்புக்கள்?'

'உண்மையில், இங்கே எல்லாமே நல்லபடியாக நடந்து முடிந்தால், ஒன்றுமில்லை. அப்படி இல்லை என்றால், எல்லாமே ஹரியின் நடவடிக்கையைப் பொறுத்துத்தான் இருக்கிறது.'

இதற்கு மேல் எதுவும் சொல்வதற்கு ஃபெலுடா தயாராக இல்லை.

கல்லறையின் மிகப்பெரிய முன்வாசல் கேட் திறந்து கிடந்தது. எப்படி? 'சாதாரணமாக இரவு இந்த நேரத்தில் அது மூடித்தான் இருக்கும். ஆனால் இன்றைக்கு நமக்காக சிறப்பு ஏற்பாடு செய்யப்பட்டிருக்கிறது. சுற்றுச் சுவரின் மேலே கண்ணாடித் துண்டுகள் பதிக்கப்பட்டுள்ளன. அதைத் தாண்டி குதிப்பது கொஞ்சம் அபாயகரமானதுதான். அது சரி. பரம்தேவ் எங்கே?' நான் கேட்ட கேள்விக்கு கிசுகிசுப்பான குரலில் பதில் அளித்தார் ஃபெலுடா.

காவலாளியின் அறையில் வெளிச்சம் தெரிந்தது. என்றாலும் உள்ளே யாரும் இருப்பது போல் தெரியவில்லை. அந்த அறையைச் சுற்றிலும் தேடினோம். என்றாலும் யாரையும் காணவில்லை. பார்க் தெருவில் எரிந்து கொண்டிருந்த விளக்குகளின் மெல்லிய வெளிச்சத்தினூடே ஃபெலுடாவின் முகத்தில் லேசான கவலை ரேகை படிந்ததை என்னால் காண முடிந்தது. அப்படியென்றால் காவலாளி அவரது அறையில் இருந்திருக்க வேண்டும். அப்படித்தான் ஃபெலுடா அவரோடு ஏற்பாடு செய்திருக்க வேண்டும்.

அதற்கு மேலும் நேரத்தை வீணடிக்காமல் நாங்கள் நடக்கத் துவங்கினோம். என்றாலும் இந்த முறை நட்ட நடுவே சென்ற பாதையில் நாங்கள் நடக்கவில்லை. ஒருசில அடிகள் நடந்தபிறகு ஃபெலுடா இடதுபுறம் திரும்பினார். இப்போது கல்லறை பெயர்ப் பலகைகளின் ஊடாக நாங்கள் நகர்ந்து சென்று கொண்டிருந்தோம். வேகமாக காற்றும் அடித்துக் கொண்டிருந்தது. வானத்தில் ஆங்காங்கே துண்டு துண்டாக மேகங்களையும் காண முடிந்தது. அவற்றினுடாக அரை வட்ட நிலவு அவ்வப்போது எட்டிப் பார்த்துக் கொண்டிருந்தது. அவ்வாறு நிலவு வெளிப்படும்போது ஒரு சில நொடிப் பொழுதுகளுக்கு பளிங்குக் கற்களில் பதிக்கப்பட்டிருக்கும் பெயர்கள் கண்ணில் தென்பட்டன. பின்பு அவை மறைந்து போயின. கடைசியில் நாங்கள் ஒரு பெரிய கல்லறைக்குப் பின்னே அடியெடுத்து வைத்தபோது நிலவு மீண்டும் வெளியே வந்தது. சாமுவேல் குத்பெர்ட் தார்ன்ஹல் என்ற பெயர் என் கண்ணில் பட்டது. இந்த கல்லறை வழக்கமான

கல்லறையைப் போல இல்லை. ஒரு மேடையும், அதைச் சுற்றி தூண்களும் அதன்மேலே வட்ட வடிவமான கூண்டும் இருந்தது. அதற்குப் பின்னே 3 பேர் மிக எளிதாக ஒளிந்து கொள்ளலாம். அங்கே கும்மிருட்டாகத்தான் இருந்தது. அருகிலிருந்த சாலையிலிருந்து வந்த வெளிச்சம் கூட இந்த இடத்தில் விழவில்லை. என்றாலும், வலது பக்கத்தில் பார்த்தால், மற்ற கல்லறைகள் வழியாக தலைவாசலை பார்க்க முடிந்தது.

ஃபெலுடா பேசினார். எங்களைத் தவிர இக்கல்லறையில் வேறு யாருமில்லை என்று அவருக்கு உறுதியாகத் தெரிந்ததால்தான் பேசினார். என்றாலும் குரலை தாழ்த்தித்தான் பேசினார். ‘இதைக் கொஞ்சம் சுற்றிலும் தெளிக்கிறீர்களா?’ என்று அவர் லால் மோகன் பாபுவைப் பார்த்துக் கேட்டார். நிறுத்துவதற்கான பிடியுடன் கூடிய ஒரு பாட்டிலை அவர் நீட்டிக் கொண்டிருந்தார். தோள் பையிலிருந்து அதை அவர் எடுத்திருக்க வேண்டும்.

‘தெளிக்கவா?’

‘ஆமாம். இது கார்பாலீக் அமிலம். பாம்புகளை அண்ட விடாது!’

அவர் சொன்னபடியே செய்தார் லால்மோகன் பாபு. ஒரு நிமிடத்திற்கு பிறகு திரும்பி வந்து அவர் சொன்னார். ‘அப்பாடா! இப்போதுதான் நிம்மதி. தைரியத்தை கொடுக்கும் மாத்திரை கூட பாம்பின் மீதான எனது பயத்தை போக்கி விடாது’ என்றார் அவர்.

‘அப்படியானால் பேய் பற்றிய உங்கள் பயம்? இப்போது அது மறைந்துவிட்டதா?’

‘முற்றிலுமாக...’

அருகே தவளைகள் குலவையிட்டுக் கொண்டிருந்தன. சுள்ளான்களின் ரீங்கார ஓசையும் கேட்டது. அவற்றில் ஒன்று கார்ன்ஹல்லின் கல்லறைக்கு அருகேயே கூடுகட்டியிருந்தது போலிருந்தது. சிதறிக் கிடந்த மேகங்கள் அங்குமிங்குமாக நகர்ந்து கொண்டிருந்தன. அவற்றில் ஒருசில மேகங்கள் மற்றவற்றைவிட அடர்த்தியாக இருந்தது போலும். அதனால் அவ்வப்போது எங்களை சுற்றியிருந்த இருட்டு மேலும் கனத்து இருந்ததாகத் தோன்றியது. இதன் விளைவாக கல்லறையில் இருந்த பளிங்குக் கற்கள் எல்லாமே ஒன்றாக திரண்டதுபோலிருந்தது. பின், நிலவு மீண்டும் வெளியே தெரிந்ததும் அவை பழையபடி தனித்தனியாகத் தெரிந்தன.

ஃபெலுடா ஒரு சூயிங்கம் பாக்கெட்டை வெளியே எடுத்து தான் வாயில் போட்டுக் கொள்வதற்கு முன்பாக எங்களுக்கும் கொடுத்தார்.

போக்குவரத்து சத்தம் குறைந்து கொண்டே வந்தது. நான் நொடிகளை எண்ணிக் கொண்டிருந்தேன். கிட்டத்தட்ட அரைநிமிட நேரத்திற்கு தவளை, சுள்ளான்கள் எழுப்பிய ஒலியும், காற்றில் இலைகள் சலசலக்கும் ஒலியும் தவிர வேறெதுவும் காதில் விழவில்லை என்பதை உணர்ந்தேன்.

'நடுநிசி' என்று கிசுகிசுத்தார் லால்மோகன் பாபு.

எங்கே வந்தது நடுநிசி? ஒருசில நிமிடங்களுக்கு முன்புதான் நிலவு வெளிச்சத்தில் எனது கைக்கடிகாரத்தை பார்த்திருந்தேன். அப்போது மணி பதினொன்று இருபத்தைந்துதான் ஆகியிருந்தது.

'இன்னும் நடுநிசியே வராதபோது ஏன் நடுநிசி என்கிறீர்கள்?' என்று நான் கேட்டேன்.

'ஓ ! அதுவா? நான் சொன்னேன். ஏனென்றால் நடுநிசிக்கு தனிப்பட்ட ஒரு... என்ன சொல்வது?'

'தனிப்பட்ட.... என்ன?'

'கல்லறையில் நடுநிசி. அதுவே தனிப்பட்ட ஒரு விசேஷம்தான். நான் எங்கேயோ படித்திருக்கிறேன்.'

'நடுநிசியில் கல்லறையில் என்ன? பிசாசா வெளியே வரும்?'

இதற்கு பதிலளிப்பதற்கு மாறாக ஒரு விசித்திரமான சத்தம்தான் லால்மோகன்பாபுவிடமிருந்து வந்தது. அதுவும் இறுதியில் உஸ் ... என்று முடிந்தது. எனக்கு அருகே எழுந்த மெலிதான சத்தம் ஃபெலுடா ஒரு சிகரெட்டை பற்றவைத்திருக்கிறார் என்பதை உணர்த்தியது. என்றாலும் அந்த தீக்கங்கு வெளிச்சத்தை கைகளுக்குள்ளேயே தான் வைத்திருந்தார். சிகரெட்டை பற்றவைத்த கைகளை எடுக்காமலேயே புகையை இழுத்து கொஞ்சம் புகையை கை வழியாக வெளியே விட்டார் பெலுடா.

மேகம் இன்னும் கொஞ்சம் அடர்த்தியானது. போக்குவரத்து சத்தம் முற்றிலுமாக நின்று போயிருந்தது. காற்று கூட சத்தம் எதையும் எழுப்பாமல் அமைதியாக இருந்தது. சத்தம், ஒலி எல்லாமே காணாமல் போயிருந்தது. சுள்ளான்களும் தவளைகளும்கூட தூங்கி விட்டன போலும். என் உடம்பு

சில்லிட்டுப் போனது. தொண்டை வறண்டு போனது. நாக்கைக் கொண்டு உதட்டை கொஞ்சம் ஈரப்படுத்திக் கொள்ளலாம் என்று முயற்சித்தபோது அதுவும் வறண்டுதான் போயிருந்தது.

ஆந்தை ஒன்று வேகமாக அலறியது. உடனேயே லால்மோகன் பாபு காதுகளை பொத்திக் கொண்டார். ஃபெலுடா மெதுவாக எழுந்து நின்றார்.

பக்கத்தில் எங்கேயோ ஒரு கார் வந்து நின்றது. அது எங்கே வந்து நின்றது என்பதை குறிப்பிட்டுச் சொல்ல முடியாவிட்டாலும் அந்தச் சத்தம் பார்க் தெருவிலிருந்து வரவில்லை மேற்கு பக்கமிருந்த ராவ்டன் தெருவிலிருந்துதான் வந்தது என்று என் உள்ளுணர்வு கூறியது. ராவ்டன் தெருவை பார்த்தமாதிரி கல்லறைக்கு வாயில் எதுவுமில்லை. சுற்றுச் சுவர் மட்டும்தான் இருந்தது. அதன் மேல் பகுதியிலும் கண்ணாடித் துண்டுகள் பதிக்கப்பட்டிருந்தன. ஒரு கார் கதவு மூடப்படும் சத்தம் கேட்டது.

எங்கள் கண்கள் எல்லாம் முன்வாயிலிலேயே நிலைத்திருந்தது. லால்மோகன் பாபு பேசுவதற்காக வாயைத் திறந்தார். என்றாலும் ஃபெலுடா ஒரு கையை நீட்டி அவர் தோளை சற்றே அழுத்தி அவர் பேசுவதை நிறுத்தினார். வாசல் வழியாக யாரும் வரவில்லை.

நட்ட நடுநிசியில் திடீரென்று கார் வந்து நின்றதற்கு ஒருவேளை வேறு ஏதாவது காரணம் கூட இருக்கலாம். அந்தப் பகுதியில் நிறைய வீடுகளும் அடுக்கு மாடிக் கட்டிடங்களும் இருந்தன. இரவு சினிமாவிற்கு போய்விட்டு யாராவது தாமதமாக வீட்டிற்குத் திரும்பியிருக்கலாம். அதுவே காரணமாக இருக்க வேண்டும் என்று ஆழமாக நம்பினேன். அப்படியிருந்தால் அந்த காரைப் பற்றி நாம் கவலைப்பட வேண்டியிருக்காது.

என்றாலும் பெலுடா நிமிர்ந்து நின்றிருந்தார். அவரது விறைத்த முதுகு சுவற்றில் சாய்ந்திருந்தது. அவருக்கு நேரெதிரே ஒருதூண் இருந்தது. முற்றிலும் கும்மிருட்டாக இருந்ததால், யாரும் எங்களை பார்க்க முடியாது. என்றாலும் அவர்களை நாங்கள் எப்படி பார்க்கப் போகிறோம்? ஒருவேளை அவர்கள் இங்கிருந்தால்?

எதை பார்க்க வேண்டிய அவசியமில்லை என்று ஒரு நிமிடத்திற்குள்ளேயே எனக்குப் புரிந்தது. எங்கள் கண்களை நாங்கள் பயன்படுத்த வேண்டிய தேவை எழவில்லை. எங்கள் காதுகளே என்ன நடக்கிறது என்பதை எங்களுக்கு கூறியது.

தட் ... தட் ... தட் ... தட் ...

யாரோ தரையை தோண்டிக் கொண்டிருக்கிறார்கள். சற்று நேரத்திற்கு இந்த சத்தம் தொடர்ந்தது. நாங்கள் மூச்சுவிடாமல் இந்த சத்தத்தை கேட்டுக் கொண்டிருந்தோம்.

தட் ... தட் ...?

இப்போது சத்தம் நின்றுவிட்டது. இப்போது ஒருவித வெளிச்சத்தை எங்களால் காண முடிந்தது. தூரத்தில் இருந்த இரண்டு பளிங்கு கல்லறைகளின் ஊடாக அந்த வெளிச்சம் புல்தரையில் விழுந்தது. அந்த வெளிச்சம் ஒரே இடத்தில் நிலைத்து நிற்கவுமில்லை; மாறாக புல்தரையில் அங்குமிங்குமாக மாறி மாறி விழுந்து கொண்டிருந்தது. நிச்சயமாக அந்த வெளிச்சம் ஒரு டார்ச்சிலிருந்துதான் வர வேண்டும்.

திடீரென்று அதுவும் மறைந்துவிட்டது.

'அவர்கள் சுவரேறி குதித்துவிட்டார்கள்! என்று பல்லைக் கடித்தபடியே சொன்னார் ஃபெலுடா. நான் அவர்களை பின்தொடரப் போகிறேன்!' என்றும் அவர் சொன்னார். கார் மீண்டும் இயங்குவதை கேட்க காத்திருந்தார் அவர்.

ஒரு நிமிடம் கடந்தது. மற்றொரு நிமிடம்... இன்னும் ஒரு நிமிடம்.

'விசித்திரமாக இருக்கிறதே!' என்றார் ஃபெலுடா.

ராவ்டன் தெருவிலிருந்தோ அல்லது பார்க் தெருவிலிருந்தோ எந்தவொரு சத்தமும் வரவில்லை. வந்து நின்ற கார் இன்னமும் அதே இடத்தில்தான் நின்று கொண்டிருந்தது என்ன நடக்கிறது?

மேலும் இரண்டு நிமிடங்கள் கடந்தன. இப்போது மேகங்கள் மீண்டும் விலகத் தொடங்கின. நிலவு வெளிப்பட்டது. யாரும் தென்படவில்லை.

'இதை வைத்துக் கொள் தொப்ஷே!' என்று கூறியபடியே ஃபெலுடா தனது தோள் பையை என்னிடம் நீட்டிவிட்டு புல்தரையில் காலடி எடுத்து வைத்தார். பின்பு டார்ச் வெளிச்சம் வந்த திசையை நோக்கி அவர் நடக்கத் துவங்கினார். 32 ரக கோல்ட் கைத்துப்பாக்கி அவரது பாக்கெட்டிலேயே இருந்ததால் நான் அவரைப் பற்றி கவலைப்படவில்லை. இன்னும் கொஞ்ச நேரத்தில் அதிலிருந்து வெளிப்பட இருக்கும் சத்தம். இந்த கல்லறை பகுதியின் அமைதியையே குலைக்கப் போகிறது.

ஆனால்... ஃபெலுடா இன்னமும் நொண்டியபடிதான் நடந்து கொண்டிருந்தார். அவரது காலணிகளில் ஒன்று நிச்சயமாக அவருக்கு தொந்திரவை கொடுத்துக் கொண்டிருந்தது. அவரது நடை கொஞ்சம் தள்ளாடியபடிதான் இருந்தது. என்றாலும் அது இருக்கத்தான் செய்தது. அந்தக் காலணியை அவராகவே ரிப்பேர் செய்ய ஏன் முயற்சி செய்தார் என்று கடவுளுக்குத்தான் தெரியும்.

நாங்கள் காத்துக் கொண்டிருந்தோம். ஃபெலுடாவின் துப்பாக்கியிலிருந்து இன்னமும் சத்தமே எழவில்லையே! அமைதி இன்னமும் நீடித்துக் கொண்டுதான் இருந்தது.

கொஞ்சம் வறண்ட குரலில் லால்மோகன்பாபு சொன்னார். 'தவறு! உன் அண்ணன் மிக மோசமான தவறை செய்திருக்கிறார்!'

மேலும் அவர் பேசாமலிருப்பதற்காக நான் உஸ்ஸ் என்று அடக்கினேன். ஃபெலுடா அந்த கும்மிருட்டில் மறைந்து போயிருந்தார். அந்த கல்லறைகளுக்குப் பின்னால் என்ன நடக்கிறது என்றே என்னால் சொல்ல முடியவில்லை. என்ன அது? ஏதோ ஒரு விதமான சத்தம் கேட்டதே! இல்லையில்லை. நானாகத்தான் ஏதோ கற்பனை செய்து கொண்டிருக்கிறேன்.

கடிகாரம் மணியடித்தது. நள்ளிரவு நேரம். அந்த கடிகாரம் எங்கேயிருக்கக் கூடும்? செயின்ட்பால் சர்ச்சிலிருந்தா? காற்று அந்த திசையிலிருந்துதான் வந்து கொண்டிருந்தது. சிலநேரங்களில் மேற்கிலிருந்து காற்று வீசினால் பாலிகஞ்சில் இருக்கும் எங்கள் வீட்டில் அலிப்பூர் மிருகக் காட்சியில் இருக்கும் சிங்கங்களின் கர்ஜனை ஒலி கேட்பதுண்டு.

ஏதோ ஒரு கார் புறப்படும் சத்தம் கேட்டது.

இன்னுமொரு கதவு மூடப்படுகிறது. பின் அதன் இஞ்சின் இயங்கத் துவங்கி, கிளம்பிப் போனது.

இதற்கு மேலும் எங்களால் காத்திருக்க முடியாது. எனக்கு பயம் ஏதும் இல்லை. இருந்தாலும் கொஞ்சம் கலக்கமாகத்தான் இருந்தேன்.

நாங்கள் இரண்டு பேரும் எழுந்தோம். லால்மோகன் பாபு ஏதோ முணுமுணுத்துக் கொண்டிருந்தார். என்றாலும் அது என்ன என்று கவனம் செலுத்துவதில்லை என்று எனக்குள் முடிவு செய்து கொண்டேன். அதற்கு இப்போது நேரமும் இல்லை.

எங்களால் முடிந்த அளவிற்கு வேகமாக நடந்தோம். கல்லறைகளின் வழியாகச் சென்றோம். மேரி எல்வீஸ் என்று பொறித்திருந்த ஒரு கல்லறையை கடந்து சென்று கொண்டிருந்தோம். லால்மோகன் பாபு என் சட்டையின் பின்பகுதியை பிடித்துக் கொண்டிருந்தார். எங்கள் காலுக்கு கீழேயிருந்த புல்தரை இன்னமும் ஈரமாகத்தான் இருந்தது.

நான் காண முடிந்த அடுத்த கல்லறையில் ஜான் மார்ட்டின் என்று பொறித்திருந்தது. அதை அடுத்து சிந்தியா கோலெட். பின்பு கேப்டன் இவான்ஸ். அதைத் தொடர்ந்து ஒரு தூண் இருந்தது. அங்கிருந்த கறுப்பு பளிங்குக் கல்லில்...

சரக்...!

நான் எதன் மீதோ காலை வைத்திருந்தேன். காலை எடுத்துவிட்டு கீழே பார்த்தேன். நிலவு மீண்டும் வெளியே வந்திருந்தது. அந்தப் பொருளை கையிலெடுத்தேன்.

அது ஒரு சார்மினார் பாக்கெட். அது காலியாகவும் இல்லை. இன்னும் ஒருசில சிகரெட்கள் அதில் இருந்தன. அவை ஒவ்வொன்றுமே நசுக்கப்பட்டிருந்தன.

ஃபெலுடா...!

அடுத்து என்ன நடந்தது என்பதை என்னால் விவரிக்க முடிந்தது. என் நினைவில் இருந்ததெல்லாம் யாரோ என் வாயை அழுத்தமாக பற்றியதும், லால் மோகன் பாபுவிடமிருந்து அடக்கப்பட்ட அலறல் சத்தம் வெளி வந்ததும்தான்.

பனிரெண்டு

எனக்கு மீண்டும் நினைவு திரும்பியபோது எனக்கு முதலில் தோன்றியது. நான் பூரி கடற்கரையில் படுத்துக் கொண்டிருக்கிறோம். என்ற எண்ணம்தான். இவ்வளவு வேகமான காற்றை கடற்கரையில்தான் அனுபவிக்க முடியும், காதுகள் சில்லிட்டுப் போயிருந்தன. அதே போலத்தான் என் மூக்கும். காற்றில் என் முடி அலை பாய்ந்து கொண்டிருந்தது.

அதுசரி. கடல் எங்கே? நீர்? மணல்! ஆர்ப்பரிக்கும் அலைகள்? ஏதோ ஒரு சத்தம் கேட்டது. ஆனால் அது நிச்சயமாக கடல் பகுதியிலிருந்து வந்ததல்ல. நான் ஒரு காரின் பின்சீட்டில் இருந்தேன். இருளில் காலியாகக் கிடந்த ஒரு சாலையில் அந்தக் கார் சென்று கொண்டிருந்தது. எனக்கு வலது புறத்தில் லால்மோகன் பாபு இருந்தார். எனக்கு இடது புறத்தில் நான் இதுவரை பார்த்திராத ஒரு புதுநபர் அமர்ந்திருந்தார். அந்த டிரைவர் தலைப்பாகை அணிந்திருந்தார். அவருக்கு பக்கத்தில் இன்னொருவர் அமர்ந்திருந்தார். யாருமே பேசவில்லை.

நான் தலையைத் தூக்கியதுமே என் இடது புறத்தில் இருந்தவன் என்னைப் பார்த்தான். அவனைப் பார்க்கும்போது கொஞ்சம் ரௌடி மாதிரித்தான் இருந்தான். என்றாலும் அவன் எதுவும் சொல்லவில்லை. சொல்ல வேண்டிய அவசியம் என்ன இருக்கிறது? எங்களிடம் ஆயுதம் ஏதும் இல்லாததால், அவனுக்கு எந்தவித அச்சுறுத்தலுக்கும் வழியில்லை. ஃபெலுடாவிடம் தான் ஆயுதம் இருந்தது. அவர் இந்தக் காரில் இல்லை. அவர் எங்கிருக்கக் கூடும் என்று கூட எனக்குத் தெரியாது.

அவர் என்னிடம் அவரது தோள்பையை கொடுத்திருந்தாரே! அது எங்கே?

எனது தலைக்குப் பின்னே காரின் பின்புறக் கண்ணாடிக்கு முன்னால் இருந்த இடைவெளியில்தான் கிடந்தது. அதன் நீண்ட பட்டை என் கன்னத்தை தொட்டுக் கொண்டிருந்தது.

'நடுநிசி!' என்றார் லால்மோகன்பாபு. ஓரக்கண்ணால் அவரைப் பார்த்தேன். இன்னமும் அவரது கண்கள் மூடியேதான் இருந்தன.

'நடுநிசி! மா! ஜெய் மா! சந்தோஷிமா!... நடுநிசி!'

'வாயை மூடு!' என்று அதட்டினான் என் பக்கத்தில் இருந்தவன்.

என் கண்கள் மீண்டும் கனத்துப் போயின. மீண்டும் இருள் கவிந்தது. காரின் சத்தமும் மெதுவாக மறையத் துவங்கியது.

நான் மீண்டும் கண்களைத் திறந்தபோது ஒரு கோயிலில் நான் இருப்பேன் என்று எதிர்பார்த்தேன். இல்லை. கோயில் இல்லை. இது அநேகமாக ஒரு சர்ச் ஆகத்தான் இருக்க வேண்டும். ஆனால் இந்த மணிகள் பித்தளையால் செய்த மணிகளாகத் தெரியவில்லை. ஏதோ ஒரு வெளிநாட்டு இசையைப் போலத்தான் அது ஒலித்தது.

ஆனால் அது கோயிலும் அல்ல; சர்ச்சும் அல்ல. உண்மையில் அது யாரோ ஒருவரது வீட்டு வரவேற்பறை. மேல் கூரையிலிருந்து ஒரு மணி விளக்கு தொங்கிக் கொண்டிருந்தது. என்றாலும் அந்த விளக்கும் ஏற்றப்படாமல்தான் இருந்தது. அறையிலும்கூட பெரிதாக வெளிச்சமில்லை. அங்கிருந்ததெல்லாம் ஒரு நீண்ட சோபாவிற்கு பக்கத்தில் இருந்த சிறிய மேஜை ஒன்றின் மேல் இருந்த டேபிள் விளக்குதான். நான் மற்றொரு வெல்லெட் துணி மூடிய சோபாவில் சாய்ந்து படுத்திருந்தேன். எனக்கு பக்கத்தில் லால்மோகன்பாபு இருந்தார். இன்னமும் அவர் கண்களை மூடியவாறுதான் இருந்தார். எதிர்பக்கத்தில் ஒரு நாற்காலியில் அமர்ந்திருந்தார் ஃபெலுடா. அவரது முகம் கவலை தோய்ந்து இருந்தது. அவரது நெற்றியின் வலது பக்கத்தில் காயம்பட்டு வீங்கியிருந்தது. எங்களுக்கு இடது பக்கத்தில் பியாரிலால் என்று எங்களுக்கு ஏற்கனவே அறிமுகமாகி இருந்த நபர் நின்றுகொண்டிருந்தான். அவனது கைகளில். 32 கோல்ட் துப்பாக்கி இருந்தது. அநேகமாக அது ஃபெலுடாவின் துப்பாக்கியாகத்தான் இருக்க வேண்டும்.

அந்த அறையில் இன்னும் 3 பேர் நின்று கொண்டிருந்தனர். அவர்கள் எங்களை பார்த்துக் கொண்டிருந்தார்களே தவிர வேறு எதுவும் பேசவில்லை. பேசவேண்டிய நபர் இன்னும் வரவில்லை

என்று தெரிந்தது. அந்த அறையிலிருந்த மிகப்பெரிய சோபா கறுப்பு வெல்வெட் துணி தைத்திருந்தது இன்னமும் காலியாகத்தான் இருந்தது. அநேகமாக யாருக்காகவோ அது காத்திருக்கிறது போலும். அநேகமாக அது சௌதுரியாக இருக்கவும் கூடும். ஆனால் அது அலிப்பூரில் உள்ள நவீன சொகுசு பங்களா அல்ல. மிகப் பழைய வீடு. வீட்டின் மேற்கூரையே 30 அடி உயரம் இருக்கக் கூடும். அதன் குறுக்குத் தூண்கள் எல்லாமே இரும்பால் ஆனதாக இருந்தது. கதவும்கூட மிகப் பெரியதாக ஒரு குதிரையே மிக எளிதாக உள்ளே வரும் அளவிற்கு பெரியதாக இருந்தது.

இன்னும் இருக்கிறது. கடிகாரங்கள் ஒரு சில நேராக நின்றபடி, வேறுசில சுவற்றில் தொங்கியபடி இருந்தன. அவற்றில் நின்றபடி இருந்த ஒரு கடிகாரம் நடுத்தர உயரமுள்ள ஒரு மனிதனின் உயரத்திற்கு, இன்னும் சொல்லப் போனால் அதைவிட கொஞ்சம் கூடுதலான உயரத்திற்கு இருந்தது. இந்த கடிகாரங்கள்தான் சற்று முன்னால் ஒலித்திருக்க வேண்டும். அதைக் கேட்டுத்தான் இது கோயிலா? அல்லது சர்ச் ஆ? என்று நான் தடுமாறியிருக்கிறேன். இப்போது அதிகாலை இரண்டு மணி ஆகியிருந்தது.

ஃபெலுடாவின் கண்களை ஒரே ஒருமுறைதான் நேருக்கு நேராக சந்திக்க முடிந்தது. அவர் பார்வையே 'கவலைப்படாதே! நான் இருக்கிறேன். பார்த்துக் கொள்வேன்!' என்று சொல்வது போல் இருந்தது. ஃபெலுடாவின் முகத்தைப் பார்த்தே அறிந்து கொள்ளும் திறமை எனக்கிருந்தது. எனவே எனக்குள் ஒருவித நம்பிக்கை பிறந்தது.

'காலை வணக்கம். மிஸ்டர். மித்தர்!'

இந்த வார்த்தையை யார் பேசியது என்று உணர்ந்து கொள்ள எனக்கு ஒரு சில நொடிகள் பிடித்தது. அந்த விளக்கிற்குப் பின்னாலிருந்த ஒரு கதவு வழியாக அவர் வந்திருக்கிறார். இன்னமும் அவரது குரலில் மென்மை தெரிந்தது. இன்னும் சொல்லப் போனால் இதற்கு முன்பைவிட இனிமையாக இருப்பதாகவும் தோன்றியது. அதற்கு ஒரு காரணமும் இருந்தது. இப்போது பெலுடாவின் கையல்ல; அவருடைய கைதான் உயர்ந்திருந்தது.

'என்ன அது? நன்றாக சோதித்துப் பார்த்து விட்டாயா பியாரே லால்?' என்று ஃபெலுடாவின் தோள் பையை பார்த்தவாறே கேட்டார் அவர். அந்தப் பை எப்படியோ மீண்டும் பெலுடாவை சென்றடைந்திருந்தது.

அந்தப் பையில் ஒரு சில காகிதங்கள், ஒரு குறிப்பேடு, ஒருசில படங்களைத் தவிர வேறெதுவும் இல்லை என்று பியாரே லால் அவனது எஜமானருக்கு தெரிவித்தான். அதில் ஒரு பாட்டில் இருந்ததாகவும் அதை எடுத்து விட்டதாகவும் மேலும் கூறினான் அவன்.

'மிஸ்டர் மித்தர்! உங்களை இங்கு அழைத்துக் கொண்டு வரவேண்டியிருந்ததற்கு மிகவும் வருந்துகிறேன். தவறாக எடுத்துக் கொள்ளாதீர்கள். அந்த பெரிகல் ரிப்பீட்டர் பற்றி உங்களுக்கு அவ்வளவு ஆர்வம் இருந்ததால், அது என் கையில் கிடைக்கும் தருணத்தில் நீங்கள் இருந்தால் மகிழ்ச்சி அடைவீர்கள் என்று நான் நினைத்தேன்.' என்று தேனொழுகப் பேசினார் சௌதுரி. பின்பு 'பல்வந்த்! அந்த கடிகாரத்தை சுத்தம் செய்து விட்டாயா?' என்று கேட்டார் அவர்.

அங்கிருந்தவர்களில் ஒருவன் அதற்கு தலையாட்டி விட்டு, அந்த கடிகாரத்தை சுத்தம் செய்யும் வேலை கிட்டத்தட்ட முடிந்துவிட்டது என்றும், கூடிய விரைவிலேயே அந்த அறைக்கு எடுத்துக் கொண்டு வருவார்கள் என்றும் தெரிவித்தான்.

திரு.சௌதுரி தொடர்ந்து கூறினார். 'அந்த கடிகாரம் கடந்த இருநூறு ஆண்டுகளாக அந்தக் கல்லறையில்தான் இருந்திருக்கிறது. வில்லியம் முதலில் அதை என்னிடம் சொல்லவில்லை. அவன் என்னிடம் சொன்னதெல்லாம் தன்னிடம் ஒரு பெரிகல் கடிகாரம் இருக்கிறது என்றுதான். என்றாலும் அதை எடுத்துக் கொண்டு வர நீண்ட நாள் எடுத்துக் கொண்டான். அதன் பிறகுதான் நான் அவனை நெருக்கினேன். அப்போதுதான் அது பூமியில் புதைக்கப்பட்டிருக்கிறது என்றும் அதனால்தான் தாமதமாகிறது என்றும் சொன்னான். பிணத்தோடு சேர்த்து அது புதையுண்டு கிடந்ததால், அதை ஒழுங்காக சுத்தம் செய்து கொண்டு வருமாறு என் ஆட்களிடம் கூறியிருந்தேன். அதை டெட்டால் போட்டு துடைக்குமாறும் நான் அவர்களிடம் கூறியிருந்தேன்.'

ஃபெலுடா சௌதுரியையே உற்றுப் பார்த்துக் கொண்டிருந்தார். அவரது முகபாவனையிலிருந்து அவர் என்ன எண்ணுகிறார் என்று தெரிந்து கொள்வது இயலாத ஒன்றாக இருந்தது. எனக்கும் லால்மோகன் பாபுவிற்கும் மயக்க மருந்து கொடுத்து இங்கே கொண்டு வந்திருந்தார்கள். ஃபெலுடாவையோ தலையில் தாக்கி அவரை நினைவிழக்கச் செய்திருக்கிறார்கள்.

'மிஸ்டர் மித்தர்! இந்த கடிகாரத்தைப் பற்றி உங்களுக்கு எப்படித் தெரிந்தது?'

'19ஆம் நூற்றாண்டில் வாழ்ந்த ஒருவரின் டைரியிலிருந்து அதைப் பற்றி தெரிந்து கொண்டேன். அந்த கடிகாரத்திற்கு சொந்தக்காரரின் சொந்த மகள் எழுதிய டைரிதான் அது.'

'டைரியா? கடிதம் இல்லையா?'

இல்லை. அது ஒரு டைரிதான்.

செளதுரி வெளிநாட்டு சிகரெட் பாக்கெட்டை வெளியே எடுத்தார். கூடவே ஒரு தங்கத்தினால் ஆன லைட்டரையும், புகைபிடிக்கும் குழலையும் வெளியே எடுத்தார்.

அந்த குழாயில் ஒரு சிகரெட்டை பொருத்திக் கொண்டே அவர் கேட்டார்.

'உங்களுக்கு வில்லியமை தெரியாதா?'

'இல்லை. வில்லியம் என்று யாரையும் எனக்குத் தெரியாது!'

செளதுரியின் சிகரெட் லைட்டரின் மூனையிலிருந்து தீக்கங்கு வெளிப்பட்டது.

'அந்த டைரியில் எழுதியிருந்ததே நீங்கள் பேராசை அடைவதற்கு போதுமானதாக இருந்ததா?'

'பேராசையா? இல்லை மிஸ்டர் செளதுரி. அதற்கான மொத்த குத்தகையும் உங்களுக்குத்தான் கொடுத்திருக்கிறது.'

இதைக் கேட்டதும் செளதுரியின் வழவழப்பான முகத்தில் இருள் படர்ந்தது. இரண்டு விரல்களுக்கிடையே அவர் பிடித்திருந்த சிகரெட் குழாய் லேசாக நடுங்கியதும் தெரிந்தது.

'மிஸ்டர். மித்தர்! என்னிடம் பேசும்போது கொஞ்சம் கவனமாகவே பேச வேண்டும்!'

'உண்மையை பேசும்போது நான் எப்படி பேசுகிறேன், யாரிடம் பேசுகிறேன் என்பதைப் பற்றியெல்லாம் கவலைப்படுவதில்லை. நான் விரும்பியதெல்லாம் அந்த கடிகாரம் காட்வினின் கல்லறையை விட்டு சென்று விடக் கூடாது என்பதை உறுதிப்படுத்தத்தான். உங்களைப் போன்ற ஆள் கை வைத்தால்...'

ஃபெலுடா இன்னும் பேசி முடிக்கவில்லை. அதற்குள் சில்க் கர்ச்சீப்பில் கவனமாக வைக்கப்பட்ட ஒரு பொருளை எடுத்துக் கொண்டு ஒரு ஆள் அறைக்குள் நுழைந்தார். திரு.செளதுரி அதை கையில் எடுத்ததுமே என் பக்கத்தில் அமர்ந்திருந்த லால் மோகன் பாபு குழறினார். 'என்...என்...என்...!'

அவர் அப்போதுதான் கண்ணைத் திறந்து செளதுரியின் கையிலிருந்த பொருளை பார்த்திருந்தார். அது லால் மோகன் பாபுவிற்கு நன்கு அறிமுகமான பொருள்தான்.

செளதுரிக்கு என்ன ஆயிற்று என்பதை விவரிப்பது மிகவும் கடினம். வான வில்லில் தெரியும் ஏழு வண்ணங்களும் ஏழு ஸ்வரங்களும் ஒரே மாதிரியானவை என்று ஃபெலுடா என்னிடம் ஒருமுறை கூறியிருக்கிறார். ஆனால் ஒரு மனிதனின் முகம் சட்டென மாறி வெவ்வேறான வண்ணங்களை காட்டும் திறமை கொண்டது என்று எனக்கு கொஞ்சம்கூட தெரியாது. அதேபோல ஒரு மனிதனின் குரல் ஒவ்வொரு விநாடியும் வெவ்வேறு விதமாக ஒலிக்கும் என்றும் நான் கேள்விப்பட்டதே இல்லை.

அவரது வாயிலிருந்து வெளிப்பட்ட வசவு வார்த்தைகளை கேட்கவே முடியாது என்னும் போது, அதை இங்கே திருப்பிச் சொல்வது என்பது முற்றிலும் இயலாத ஒன்றாகும். என்றாலும் ஃபெலுடா கொஞ்சம் கூட கவலைப்படாமல் அசைவற்றிருந்தார். இது எல்லாமே அவர் வேலைதான் என்று எனக்கு நன்றாகவே புரிந்து விட்டது. நேற்று மதியம் கல்லறைக்கு போயிருந்த நேரத்தில்தான் அவர் இதைச் செய்திருக்க வேண்டும். அப்படியென்றால் உண்மையான கடிகாரம் அங்கே இல்லை என்றா பொருள்?

பைத்தியக்காரனைப் போல வெறி கொண்டவராக அந்த கடிகாரத்தை அருகில் காலியாக இருந்த நாற்காலியில் தூக்கிப் போட்ட செளதுரி உரத்த குரலில் கர்ஜித்தார். ‘கூப்பிடு அந்த வில்லியமை! அந்தத் துப்பாக்கியை என்னிடம் கொடு’

பியாரே லால் தன்னிடமிருந்த துப்பாக்கியை செளதுரியிடம் கொடுத்துவிட்டு அறையை விட்டு வெளியேறினான். ‘பொறுக்கி! மோசடிப் பேர்வழி!’ என்று ஓரிரு முறை செளதுரி முனகியதையும் என்னால் கேட்க முடிந்தது. பின்பு அவர் இருக்கையிலிருந்து எழுந்து அங்குமிங்குமாக நடைபோடத் துவங்கினார்.

பின்னாலிருந்த கதவு வழியாக சற்று நேரத்திற்குள் திரும்பினான் பியாரேலால். அவனோடு கூடவே தோள் பட்டை வரை வளர்ந்த தலைமுடியும், முகவாய் நீண்ட மீசையும் கொண்ட இன்னொரு நபரும் உள்ளே நுழைந்தார். அந்த நபர் சட்டை, பேண்ட் அணிந்து சட்டைக்கு மேல் பருத்தியால் ஆன மேல்சட்டையும் அணிந்திருந்தார்.

‘நீ தோண்டி எடுத்து வந்த இந்த கடிகாரம் இதுதானா?’ என்று கடுமையான குரலில் செளதுரி அவரிடம் கேட்டார். மீண்டும்

சோபாவில் அமர்ந்திருந்த அவரது கையில் துப்பாக்கி பின்னிக் கொண்டிருந்தது. அவரது கண்களோ பெலுடாவின் மீதே நிலைத்திருந்தது.

'மிஸ்டர்.சௌதுரி. நான் எதை கண்டெடுத்தேனோ அதை அப்படியே உங்களிடம் கொண்டு வந்து கொடுத்திருக்கிறேன். உங்களைப் போன்று விவரம் அறிந்த ஒருவரை ஏமாற்ற வேண்டும் என்று என்னால் நினைத்துக்கூட பார்க்க முடியுமா என்ன?' என்று கெஞ்சிய குரலில் பதிலளித்தார் அந்த நபர்.

'அப்படி என்றால் அந்த கடிதத்தில் எழுதி இருந்தது பொய்யா என்ன?' என்று சௌதுரியின் குரலில் அந்த அறையே கிடுகிடுத்தது.

'மிஸ்டர் சௌதுரி. எனக்கு எப்படித் தெரியும். நாம் அதை நம்பித்தான் ஆக வேண்டும். இதோ நீங்களே பாருங்கள்!'

அந்த நபர் பழைய கடிதம் ஒன்றை வெளியே எடுத்து சௌதுரியிடம் நீட்டினார். அவர் அதை வாங்கி மேலோட்டமாகப் பார்த்துவிட்டு எரிச்சலுடன் தூக்கியெறிந்தார். அதே நேரத்தில் ஃபெலுடா உரக்கச் சிரித்தார். கேலிக் கூத்தைப் பார்த்தவுடன் வெடித்துக் கிளம்பும் சிரிப்பாகத்தான் அது தோன்றியது. இவ்வளவு மகிழ்வுடன் அவர் சிரிப்பதை நான் நீண்ட நாளாக பார்க்கவே இல்லை.

மகாதேவ் சௌதுரி உரக்கக் கத்தினார். 'மிஸ்டர் மித்தர்! இதில் சிரிப்பதற்கு என்ன இருக்கிறது?' பெலுடா தன்னை கட்டுப்படுத்திக் கொண்டவராகச் சொன்னார். 'உங்களது இந்த ஏற்பாடுகளால் ஒன்றும் நடக்கவில்லை என்பதை கண்டதும்தான் எனக்கு சிரிப்பு வந்தது!'

சௌதுரி கையில் துப்பாக்கியுடன் எழுந்து மௌனமாக ஃபெலுடாவை நோக்கி நடந்து சென்றார். தரையில் இருந்த கனமான தரைவிரிப்பும்கூட அவரது காலடியில் நசுங்கியது.

'எனது நாடகம் முடிந்துவிட்டது என்று நீங்கள் நினைக்கிறீர்களா? உண்மையான கடிகாரம் உங்களிடம் இல்லை என்று நான் எப்படி நம்புவது? பலமுறை நீங்கள் அந்தக் கல்லறைக்கு சென்று வந்திருக்கிறீர்கள். நேற்று மாலையில் கூட வில்லியம் அங்கு போய் சேருவதற்கு முன்புகூட நீங்கள் அங்கே போயிருக்கிறீர்கள். உங்களிடம் மட்டும் அந்த கடிகாரம் இருக்குமானால், அதை உங்களிடமிருந்து எடுத்துக் கொள்ளாமல் உங்களை விட்டு விடுவேன் என்று நினைக்கிறீர்களா? அதை

நீங்கள் வேறெங்காவது ஒளித்துக் கூட வைத்திருக்கலாம். அதை நீங்களாகவே எடுத்து என்னிடம் கொடுத்தாக வேண்டும். இப்போது புரிகிறதா மிஸ்டர் மித்தர்? அப்படி கடிகாரம் எதுவும் இல்லை என்றாலும்கூட, அந்தக் கடிதம் பொய் சொல்கிறது என்றாலும்கூட உங்களை விட்டுவிட வேண்டும் என்று நீங்கள் எப்படி நினைத்துக் கொள்ள முடியும்? எல்லாவற்றிலும் மூக்கை நுழைக்கின்ற உங்கள் போக்கு எனக்கு மிகுந்த எரிச்சலாக இருக்கிறது. எனவே இந்த நாடகம் இத்தோடு முடிந்து விட்டது என்று நினைத்துக் கொண்டு விடாதீர்கள். இல்லை மிஸ்டர் மித்தர்! நாடகம் இப்போதுதான் துவங்கியிருக்கிறது!'

இதற்கு பதிலளிக்கும் விதமாக ஃபெலுடா பேசத் துவங்கினார். அவரது பேச்சின் தொனியைக் கொண்டே என்னால் உணர முடிந்தது. எந்தவொரு வழக்கும் அதன் இறுதிக் கட்டத்தை அடையும் நேரத்தில் அவரது குரலில் தனிப்பட்டதொரு ஏற்ற இறக்கத்தை காண முடியும். இந்தக் குரல் அச்சமயங்களில் திபெத்திய மத குருமார்கள் ஒலிக்கும் ஊதுகுழலோசையை தனக்கு நினைவுபடுத்துவதாக லால்மோகன்பாபு அடிக்கடி கூறுவதுண்டு.

'மிஸ்டர் சௌதுரி! இங்கேதான் நீங்கள் தவறு செய்கிறீர்கள். இந்த நாடகத்தின் சூத்திரக் கயிறு இப்போது உங்கள் கைகளில் இல்லை. என் கையில்தான் இருக்கிறது. இந்தக் கணத்திலிருந்து நான்தான் அதை இயக்குவேன். நீங்களா? அல்லது வில்லியம் என்று கூறிக்கொள்கிறாரே அந்த நபரா? உங்களில் யார் மிகப்பெரிய குற்றவாளி என்பதை நான்தான் முடிவு செய்வேன்...!'

திடீரென்று அந்த அறையில் களேபரம் துவங்கியது. வில்லியம் எகிறிக் குதித்து தனக்கு முன்னால் நின்று கொண்டிருந்த பியாரேலாலை கீழே தள்ளிவிட்டு கதவை நோக்கி ஓடினார். சௌதுரி துப்பாக்கியால் அவரை சுட முயன்றார். என்றாலும் அவரது இலக்கு ஒருசில அடிகள் தவறியதன் விளைவாக துப்பாக்கிக் குண்டு வில்லியமை தாக்காமல் அங்கே நிறுத்தி வைக்கப்பட்டிருந்த பெரிய கடிகாரத்தின் பட்டு அதை சுக்குநூறாக்கியது. கடிகாரம் அனைவருக்கும் அதிர்ச்சி தரும் வகையில் மணியடிக்கத் துவங்கியது.

அறையிலிருந்த இன்னும் இரண்டு பேர் வில்லியமை பிடிப்பதற்காக ஓடினார்கள். என்றாலும் அவர்கள் நீண்ட தூரம்

ஓட வேண்டிய அவசியம் இருக்கவில்லை. ஆயுதமேந்திய காவலர்களின் குழு ஒன்று அவர்களது வழியை மறைத்துக் கொண்டிருந்தது. அவர்கள் அறையை விட்டு ஓட முற்பட்ட அனைவரையும் தடுத்தி நிறுத்தி, வில்லியமை மீண்டும் அறைக்குள் பிடித்துத் தள்ளியபடியே அறைக்குள் நுழைந்தார்கள். ஒரு போலீஸ் இன்ஸ்பெக்டர்தான் அந்தக் குழுவிற்கு தலைமை தாங்கி வந்தார் என்பதை யாரும் எங்களுக்குச் சொல்ல வேண்டிய அவசியம் ஏற்படவில்லை. அவருக்குப் பின்னால் ஐந்து கான்ஸ்டபிள்கள் இருந்தனர். அவர்களது தோள்களை தாண்டி எட்டிப் பார்த்தபடி மிகுந்த ஆர்வத்துடன் உள்ளே நுழைந்த இன்னொரு முகம் லால்மோகன்பாபுவின் டிரைவர் ஹரி தத்தாவின் முகம்தான்.

'சபாஷ்! மிஸ்டர் தத்தா!' என்றார் ஃபெலுடா.

'நீங்கள்தான் ஃபெலு மித்தர். இல்லையா?' என்று ஃபெலுடாவை பார்த்துக் கேட்டார் அந்த இன்ஸ்பெக்டர். 'இங்கே என்ன நடக்கிறது? மிஸ்டர் சௌதுரியை எனக்குத் தெரியும். இந்த அறையை விட்டு தப்பிக்க முயன்ற இந்த ஆள் யார்?'

இந்த கேள்விக்கு பதிலளிப்பதற்கு முன்பாக ஃபெலுடா வேகமாக அடியெடுத்து வைத்து சௌதுரியின் கையிலிருந்த தனது துப்பாக்கியை திரும்ப பிடுங்கினார். சௌதுரி திகைப்பில் மூழ்கியிருந்த நிலையில் ஃபெலுடாவின் இந்த முயற்சிக்கு அவர் சிறிதுகூட எதிர்ப்பு தெரிவிக்கும் நிலையில் இல்லை.

'மிஸ்டர் சௌதுரி. மிக்க நன்றி. அந்த சோபாவில் போய் அமருங்கள். அந்த கறுப்பு சோபா உங்களுக்கு மிகவும் பொருத்தமாக இருக்கும். அதுபோக இந்த நாடகத்தின் இறுதிக் காட்சியை நீங்கள் அங்கு அமர்ந்து கொண்டே ரசிப்பது எளிதாகவும் இருக்கும். மிஸ்டர் வில்லியம்!'

'அந்த போலி தலைமுடியும் ஒட்டு மீசையும் உங்களுக்கு நன்றாகவே பொருந்தியிருக்கின்றன. உங்கள் முப்பாட்டனாரைப் போலவே நீங்கள் இருக்கிறீர்கள். அந்த வேஷத்தை கொஞ்சம் கலைக்கிறீர்களா?'

அங்கிருந்த கான்ஸ்டபிள்களில் ஒருவர் வில்லியமின் போலி தலைமுடி மீசை ஆகியவற்றை இழுத்தார். அவை இரண்டுமே மிக எளிதாக கழன்று கொண்டன. எங்களை ஆச்சரியத்தில் மூழ்கடித்தபடி அங்கே நின்று கொண்டிருந்தது வில்லியம் அல்ல: நரேன் பிஸ்வாஸின் தம்பி கிரின் பிஸ்வாஸ்.

ஃபெலுடா கேட்டார். சரி. 'இப்போது சொல்லுங்கள் மிஸ்டர் பிஸ்வாஸ். உங்கள் முழுப் பெயர் என்ன?'

'ஏன்? ஏற்கனவே உங்களுக்கு என் பெயர் தெரியுமே?'

'உங்களுக்கு இரண்டு பெயர் இருப்பதாகத் தோன்றுகிறது. அந்த இரண்டு பெயர்களையும் ஒன்றாக வைத்துப் பார்த்தால், உங்கள் முழுப் பெயர் வரும். சரிதானே? உங்கள் பெயர் வில்லியம் கிரிந்திரநாத் பிஸ்வாஸ் சரிதானே? தங்கப்பதக்கம் வாங்கியவர்களின் பட்டியலை பிரசிடென்சி கல்லூரியின் சிறப்பிதழ் வெளியிட்டு இருப்பதில் அப்படித்தான் போட்டிருக்கிறது. உங்கள் அண்ணனின் பெயர் மைக்கேல் நரேந்திரநாத் பிஸ்வாஸ். அவரது விசிட்டிங் கார்டில் உள்ள எம் என்பதற்கு மைக்கேல் என்றுதான் அர்த்தம். அப்படித்தானே? உங்களது வங்காளி பெயர்களையே நீங்கள் பொதுவாக பயன்படுத்துவதால்தான் எம்.என். என்பதற்கு பதிலாக உங்கள் அண்ணன் என்.எம் என்று அச்சிட்டிருக்கிறார். நான் சொல்வது சரிதானே?'

கிரின் பிஸ்வாஸ் மௌனமாக இருந்தார். ஃபெலுடா சொன்னது சரியாகத்தான் இருக்கும்.

'உங்கள் அண்ணன் உங்களை எப்படிக் கூப்பிடுவார்?'

'ஏன்? அதனால் உங்களுக்கு என்ன?'

'நல்லது. நீங்கள் யாருக்கும் சொல்ல விரும்பவில்லை என்றால், நான் சொல்கிறேன். அவர் உங்களை வில் என்றுதான் அழைப்பார். மருத்துவ மனையில் அவருக்கு நினைவு திரும்பியபோது உங்கள் பெயரைத்தான் அவர் இரண்டு முறை கூறியிருக்கிறார். அப்படித்தானே?'

ஃபெலுடா அவரது தோள் பையிலிருந்து ஒரு பெரிய சிவப்பு நிற கவரை வெளியே எடுத்தார். அதிலிருந்து ஒரு போட்டோ வெளியே வந்தது. 'மிஸ்டர் பிஸ்வாஸ். இவர்களை பாருங்கள். அவர்கள் யார் என்று உங்களுக்குத் தெரிகிறதா என்று பார்ப்போம். உங்கள் வீட்டில் இந்த போட்டோ இல்லை என்றுதான் நினைக்கிறேன். என்றாலும் போர்ன் அண்ட் ஷெப்பர்ட் இல் இதன் பிரதி இருக்கிறது.'

அந்த போட்டோவில் ஒரு தம்பதியர் இருந்தனர். அவர்களது திருமணம் நடந்து முடிந்தவுடனேயே எடுக்கப்பட்ட போட்டோ போலத்தான் இருந்தது. அந்த போட்டோவில் இருந்த நபர் அச்சு அசலாக கிரின் பிஸ்வாஸை போலவே இருந்தார். அந்த பெண் பிரிட்டிஷ் வம்சாவளியைச் சேர்ந்தவர் என்பது மிகத் தெளிவாகவே தெரிந்தது.

ஃபெலுடா மேலும் சொன்னார் ‘இவர்களை உங்களுக்குத் தெரியுமா? இவர்தான் உன் முப்பாட்டனார் பார்வதி சரண் பிஸ்வாஸ். அதாவது பி.சி.பிஸ்வாஸ். அவரது உடையிலிருந்தே அவர் கிறித்துவராக மாறியவர் என்பது நன்றாகத் தெரிகிறது. அந்த புகைப்படத்தில் இருக்கும் பெண் தாமஸ் காட்வினின் பேத்தி விக்டோரியா. அவர்தான் அந்தக் கடிதத்தை எழுதியிருக்கிறார். அவர் திருமணம் செய்து கொள்வதற்கு முன்பே கூட போட்டோ எடுத்துக் கொண்டிருக்கிறார். அந்த போட்டோவும் கூட போர்ன் அண்ட் ஷெப்பர்டில் இருக்கிறது. உள்ளூர் கிறித்துவரான உங்கள் முப்பாட்டனாருடன் விக்டோரியாவிற்கு காதல் ஏற்பட்டது. எனவேதான் அவரது தாத்தா தாமஸ் காட்வினின் வெறுப்பிற்கு ஆளானார் விக்டோரியா. என்றாலும் அவர் இறப்பதற்கு முன்னால் விக்டோரியாவை மன்னித்து ஆசியும் வழங்கினார். தாமஸ் காட்வின். ஓர் ஆண்டுக்குப் பிறகு விக்டோரியா - பார்வதி சரண் திருமணம் நடந்தேறியது.’

‘அப்படியென்றால் தாமஸ் காட்வினின் பெயர் கல்கத்தாவில் அப்போதிருந்த ஒன்றல்ல; இரண்டு குடும்பங்களுடன் தொடர்பு கொண்டதாக அமைந்தது. அதில் ஒரு குடும்பம் ரிப்பன் சந்திலும் மற்றொரு குடும்பம் புது அலிப்பூரிலும் வசித்து வந்தன. இதில் விசித்திரமான அம்சம் என்னவென்றால் இந்த இரண்டு குடும்பங்களில் இருந்த பழைய ஆவணங்கள் தாமஸ் காட்வினின் கடிகாரத்தைப் பற்றி குறிப்பிட்டிருந்ததுதான். அந்த ஆவணங்களில் ஒன்று விக்டோரியாவின் கடிதம்; மற்றொன்று தாமஸ் காட்வினின் மகள் சார்லெட்டின் டைரி.’

எவ்வளவு விசித்திரம் இது! உண்மையானது உண்மையிலேயே கற்பனையை விட விசித்திரமானதுதான். நரேன் பிஸ்வாஸின் வீட்டில் இருந்த ஒரு பழைய டிரங்க் பெட்டியில் விக்டோரியா எழுதிய கடிதங்கள் ஒரு கட்டாக இருந்திருக்கிறது. நீண்ட பல ஆண்டுகளாக அது அங்கேயேதான் இருந்திருக்கிறது. அந்தக் கடிதங்களை எடுத்துப் படிக்க யாரும் முயற்சிக்கவே இல்லை. நரேன் பிஸ்வாஸ் கல்கத்தாவின் பழைய வரலாற்றை பற்றி படிக்கத் துவங்கியதும்தான், இந்த கடிதங்களின் கட்டு அவர் கண்ணில் தென்பட்டிருக்கிறது. அவை அனைத்தையும் ஒன்று விடாமல் படித்திருக்கிறார் அவர். அதைக் கொண்டுதான் பெரிகல் ரிப்பீட்டர் பற்றியும் அவருக்குத் தெரிய வந்திருக்கிறது. அதை அவர் தனது தம்பி கிரினுக்கும் சொல்லியிருக்கிறார்.

கிரின் பிஸ்வாஸிடம் ஃபெலுடா கேள்வி மேல் கேள்வியாகக் கேட்டதைத் தொடர்ந்துதான் இந்தத் தகவல்கள் கொஞ்சம் கொஞ்சமாக வெளியே வந்தன. இக்கேள்விகளால் பிஸ்வாஸ் சோர்வடையத் துவங்கிய போதிலும் ஃபெலுடா அவரை விடுவதாக இல்லை. அவர் திடீரென்று கேட்டார். 'பிஸ்வாஸ், உங்களுக்கு குதிரைப் பந்தயத்திற்குச் செல்லும் வழக்கம் உண்டா?'

கிரின் பிஸ்வாஸ் இதற்கு பதில் சொல்வதற்கு முன்பாகவே சௌதுரி குரல் கொடுத்தார். 'அவன் என்னிடம் அட்வான்ஸ் பணம் வாங்கி, அதையெல்லாம் குதிரை பந்தயத்திலேயே இழந்து விட்டான். இல்லையா? இப்போதோ ஒரு கூக்கெல்வி கடிகாரத்தை கொண்டு வந்து என்னிடம் கொடுக்கிறான். ஒன்றுக்கும் லாயக்கில்லாதவன்!'

சௌதுரி பேசிய எதையுமே லட்சியம் செய்யவில்லை ஃபெலுடா. 'அப்படியென்றால் தாமஸ் காட்வினின் குணங்கள் பரம்பரை நோயாக உங்களிடமும் வந்திருக்கிறது. அதனால்தான் இவ்வளவு பணயம் வைத்து இந்த வேலைக்கு ஏற்பாடுகளை செய்தீர்களா?'

இந்தக் கேள்விக்கு கிரின் பிஸ்வாஸ் கொஞ்சம் வேகமாகவே பதிலளித்தார். 'மிஸ்டர் மித்தர். ஒரு விஷயத்தை நீங்கள் மறந்து போய்விட்டதாகத் தோன்றுகிறது. யார் வேண்டுமானாலும் தங்களது சொத்தை கல்லறையில் தன்னோடு புதைத்து வைத்துக் கொள்ளலாம். ஆனால் அவ்வாறு புதைக்கப்பட்ட நூறு ஆண்டுகளுக்குப் பிறகு யாரும் அதன் மீது சொந்தம் கொண்டாட முடியாது. எப்படியிருந்தாலும் அது தாமஸ் காட்வினின் சொத்து என்று இப்போது சொல்ல முடியாது.'

'அது எனக்கும் தெரியும். அந்த கடிகாரம் இப்போது அரசுக்கு சொந்தமாகி விடுகிறது. நீங்கள்கூட அதற்கு உரிமை கோர முடியாது. உண்மை என்னவென்றால் அந்தக் கல்லறையில் நீங்கள் அந்த கடிகாரத்தை திருடுவதற்கு மட்டும் முயற்சிக்கவில்லை. இன்னொரு காரியத்தையும் செய்திருக்கிறீர்கள். அதுவும்கூட தண்டனைக்குரிய ஒரு குற்றம்தான்!'

'என்ன குற்றம்?' என்று எதிர்த்துக் கேட்டார் கிரின் பிஸ்வாஸ்.

ஃபெலுடா தனது பாக்கெட்டிலிருந்து சின்னஞ்சிறிய பொருளை வெளியே எடுத்தார். இப்போது பார்க்கலாம். இந்த பட்டன் நீங்கள் இப்போது அணிந்துள்ள மேலங்கியிலிருந்து

தெறித்து விழுந்ததுதானே? அன்றைக்கு ஹாங்காங் லாண்டரியில் இதைத்தானே சலவைக்குப் போட்டீர்கள்?

அந்த சிறிய பட்டனை பிஸ்வாஸின் மேலங்கியில் இருந்த மற்ற பட்டன்களுடன் ஒப்பிட்டுப் பார்த்தார். ஃபெலுடா 'மிகவும் சரியாகவே பொருந்துகிறது!' என்றார் அவர்.

'அதனால் என்ன? நான் கல்லறைக்கு போனேன் என்றா? ஆமாம். நான் கல்லறைக்கு போனேன் என்பது உண்மைதான். நான் அதை மறுக்கவில்லையே!'

'இந்த மேலங்கி உங்களுக்கு சொந்தமானதல்ல; உங்கள் அண்ணனுடையது என்று நான் சொல்கிறேன். அதை நீங்கள் மறுப்பீர்களா?'

'என்ன? மிஸ்டர் மித்தர்! இப்போது நீங்கள்தான் பைத்தியக்காரத் தனமாகப் பேசுகிறீர்கள்.'

'இல்லை. நீங்கள்தான் இப்போது உளறுகிறீர்கள். நேற்று நீங்கள் எங்கள் வீட்டிற்கு வந்து இல்லாத புளுகு மூட்டையை எல்லாம் அவிழ்த்து விட்டீர்கள். இப்போதும் அதையேதான் செய்கிறீர்கள். இப்போது நீங்கள் அணிந்திருக்கும் மேலங்கி உங்கள் அண்ணனுடையது. அந்த சூறாவளி காற்று அடிப்பதற்கு முன்பு அவர் கல்லறைக்கு சென்றபோது இந்த மேலங்கியைத்தான் அணிந்திருந்தார். காட்வினின் கல்லறை தோண்டப்படுவதையும், நீங்கள் அங்கே இருப்பதையும் அவர் பார்த்திருக்கிறார். உங்களைத் தடுக்கவும் அவர் முயற்சி செய்திருக்கிறார். கனமான கட்டையாலோ அல்லது அதே போன்ற வேறொரு ஆயுதத்தாலோ நீங்கள் அவரை தலையில் தாக்கியிருக்கிறீர்கள். நரேன் பிஸ்வாஸ் நினைவிழந்து போனார். நீங்கள் அவரை கொன்றிருக்கவும் வாய்ப்புண்டு. என்றாலும் அந்த நேரத்தில்தான் சூறாவளி காற்றும் அடிக்கத் துவங்கியது. நீங்கள் அங்கிருந்து தப்பிச் செல்ல முயற்சித்தீர்கள். அப்போது அந்த மரம்...'

ஃபெலுடாவின் பேச்சில் குறுக்கிட்டார். கிரின் பிஸ்வாஸ். 'என் அண்ணன் பொய் சொல்கிறார் என்றா நீங்கள் சொல்கிறீர்கள்? மரக்கிளை ஒன்று முறிந்து விழுந்தது என்று அவரேதானே உங்களிடமும் சொன்னார்...?'

என்றாலும் இந்தக் கேள்வி ஃபெலுடாவின் பேச்சை தடுத்து நிறுத்த இயலவில்லை. அவர் தொடர்ந்து சொன்னார். அந்த மரத்திலிருந்து ஒரு கிளை முறிந்து விழுந்தது. அது உங்கள் முதுகின் மீது விழுந்தது. அப்போது நீங்கள் மேலங்கி ஏதும்

அணிந்திருக்கவில்லை. எனவே உங்கள் அண்ணனின் மேலங்கியை எடுத்து அணிந்து கொண்டு முதுகின் மீது பட்டிருந்த உங்கள் காயத்தை மறைத்துக் கொண்டீர்கள். அப்போதுதான் இந்த பட்டனை தெறித்து விழுந்தது. அதனோடு கூடவே அந்த மேலங்கியின் பாக்கெட்டிலிருந்து உங்கள் அண்ணனின் மணி பர்ஸும் வெளியே வந்து விழுந்தது. உங்கள் பேண்ட் பாக்கெட்டிலிருந்து சமீபத்திய குதிரை பந்தயத்திற்கான அட்டவணையும் வெளியே விழுந்தது...'

பிஸ்வாஸ் மீண்டும் கதவை நோக்கி ஓட முயன்றார். ஆனால் இந்த முறை ஃபெலுடாவே அவரை இழுத்து நிறுத்தி, அவரது மேலங்கியை அகற்றினார். அவரது சட்டைக்குக் கீழே முதுகில் போடப்பட்டிருந்த பேண்டேஜ் இப்போது நன்றாகவே தெரிந்தது.

'உங்களைப் பாதுகாப்பதற்காக உங்கள் அண்ணன் நிறைய பொய்களை சொல்லியிருக்கிறார். இல்லையா? அவர் உங்களை மிகவும் நேசிக்கிறார். இன்னும் சொல்லப் போனால் கொஞ்சம் கூடுதலாகவே நேசிக்கிறார் என்றுதான் சொல்ல வேண்டும்!'

ஃபெலுடா குக்கெல்வி தயாரித்த அந்த கடிகாரத்தையும், விக்டோரியா எழுதிய கடிதத்தையும் எடுத்து பைக்குள் திணித்துக் கொண்டார். பின்பு செளதுரியின் பக்கம் திரும்பினார். அவர் முற்றிலும் திகைப்பில் ஆழ்ந்துபோயிருந்தது. நன்றாகவே தெரிந்தது. 'நட்ட நிசி நேரத்தில் உங்கள் கடிகாரங்கள் அனைத்தும் எழுப்புகின்ற மணியோசையை கேட்கும் வாய்ப்பை இன்றிரவு நான் இழந்து விட்டேன். யார் கண்டது? வேறொரு அந்த வாய்ப்பு எனக்கு கிடைத்தாலும் கிடைக்கும்!'

இரண்டு முறை போராடி, மூன்றாவது முயற்சியில்தான் லால்மோகன் பாபுவை எங்களால் கண்ணைத் திறக்க வைக்க முடிந்தது. மீண்டும் அவர் மயங்கி விழுந்தது கூட எனக்குத் தெரியாது. இந்த நாடகத்தில் முக்கியமான காட்சியை அவர் காணத் தவறியிருந்தார்.

'இந்த உலகத்தில் இருக்கும் மஹாதேவ் செளதுரிகள் எவரையும் அடக்கி வைப்பது மிகவும் கடினமானதொரு விஷயம்தான். போலீஸ் கூட அவர்களை எதுவும் செய்ய முடியாது என்பதுதான் நிலைமை. அவரைப் போன்ற மனிதர்கள் ஹிட்லரைப் போன்றவர்கள்தான். எப்போது வேண்டுமானாலும் அவர்கள் ஆட்களை விலைக்கு வாங்க முடியும்.' என்றார் ஃபெலுடா.

நாங்கள் இப்போது கங்கை நதிக்கரையில் அமர்ந்திருந்தோம். மிஸ்டர் சௌதுரியின் கிராமப்புற பங்களாவிலிருந்து ஐந்து நிமிட தூரத்தில் இருந்த படகுத்துறைக்கு அருகேதான் நாங்கள் அமர்ந்திருந்தோம். கீழ்த்திசை லேசாக வெளுக்கத் துவங்கியது. சூரியன் உதிக்க இருந்த நேரமது. ஹரி தத்தா மட்டும் ஃபெலுடா கொடுத்த உத்திரவுகளை சற்றும் பிசாகாமல் நிறைவேற்றாமல் இருந்திருந்தால் என்னவாகியிருக்கும் என்று கடவுளுக்குத்தான் வெளிச்சம். 'என்னவாகியிருக்கும்? மரணம்தான்!' என்றார் லால்மோகன் பாபு).

எங்களை அள்ளி எடுத்துச் சென்ற காரை அவர் பின்தொடர்ந்து வந்திருக்கிறார். இடத்தை அறிந்து கொண்டதும் நேராக போலீஸுக்குப் போயிருக்கிறார். மன உறுதியும் பொறுப்புணர்வும் மிக்க ஒருவரால்தான் இதுபோன்றதொரு கடமையை சிறப்பாக நிறைவேற்ற முடியும். எங்கிருந்தோ ஹரி வாங்கிக் கொண்டு வந்த டீயை உறிஞ்சிக் கொண்டே லால்மோகன் பாபு சொன்னார். 'ஒரு புத்தம் புது கார் உங்களுக்கு எவ்வளவு நல்லது செய்யக் கூடும் என்பதை இப்போது நேரடியாகவே பார்த்தீர்கள்!'

'அதில் சந்தேகமேயில்லை!' என்றார் ஃபெலுடா. 'கடந்த மூன்று நாட்களில் உங்கள் காருக்கு நிறையவே வேலை வைத்துவிட்டோம். நாம் நகரத்திற்கு திரும்பிப் போனதும் இன்னும் இரண்டு இடங்களுக்குப் போக வேண்டியிருக்கிறது. அதன் பிறகு உங்கள் காரை பயன்படுத்த மாட்டேன் என்று உறுதி கூறுகிறேன். அதாவது குறைந்த பட்சம் அடுத்த சில நாட்களுக்கு!'

'இரண்டு இடமா? எங்கே போக விரும்புகிறீர்கள்?'

'முதலில் நரேன் பிஸ்வாஸை போய் பார்க்க வேண்டும். என்ன நடந்தது என்பதை அவரிடம் சொல்ல வேண்டும். அதோடு கூடவே விக்டோரியாவின் கடிதத்தையும் அவரிடம் திருப்பித் தர வேண்டும்.'

'இரண்டாவது இடம்?'

'தெற்கு பார்க் தெருவில் இருக்கும் கல்லறை.'

'மீ... மீண்டுமா?'

'ஒவ்வொரு அடியையும் நான் எவ்வளவு ஜாக்கிரதையாக எடுத்து வைக்க வேண்டியிருந்தது என்று உங்களுக்குத் தெரியுமா? இதன் காரணமாகத்தான் அந்த அடியாட்களுடன் என்னால் ஒழுங்காக சண்டை கூட போட முடியவில்லை.'

தனது வேட்டை காலணிகளில் இடது காலணியை அகற்றினார் ஃபெலுடா. பின்பு அதனுள் ஒரு கையை விட்டு காலணியினுள் இருந்த போலியான அடிப்பகுதியை வெளியே எடுத்தார். அதற்குள் ஒரு சிறிய வெற்றிடம் இருந்தது. அதற்குள்ளே பஞ்சிற்குள் கவனமாக சுற்றப்பட்டிருந்த வியப்பூட்டும் ஒரு பொருள் இருந்தது. இவ்வளவு களேபரங்களுக்குப் பிறகும்கூட முள் ஒன்று உடைந்ததைத் தவிர வேறெந்த பாதிப்புமின்றி பத்திரமாக இருந்தது அந்தப் பொருள்.

‘இருக்க வேண்டிய இடத்தில் இதை மீண்டும் கொண்டு போய் சேர்ப்பது நமது கடமையல்லவா?’ என்றார் ஃபெலுடா.

ஃபெலுடாவின் விரல்களிடையே நவாப் சதாத் அலி தாமஸ் காட்வினின் பிரமாதமான சமையல் திறமையைப் பாராட்டி அளித்த முதல் பரிசு தொங்கிக் கொண்டிருந்தது. இங்கிலாந்தில் இருந்த மிகச்சிறந்த கடிகார தயாரிப்பாளர்களில் சிறந்தவரான பிரான்சிஸ் பெரிகல் தயாரித்த பெரிகல் பாக்கெட் கடிகாரம்தான் அது. இரண்டு நூற்றாண்டுகளாக பூமிக்கு அடியில் அதன் எஜமானரோடு சேர்த்து புதையுண்டு கிடந்தது அந்தக் கடிகாரம். அப்போதும் கூட, உதயசூரியனின் இளம் ஒளிக்கதிர்கள் அதன் மீது பட்டுத் தெறித்தபோது, அதன் பளபளப்பு எங்கள் கண்களை பறித்தது.

■

ரேயின் உலகப்புகழ் பெற்ற 20 சிறுவர் கதைத் தொகுப்புகள்

- டார்ஜீலிங்கில் ஓர் அபாயம்
- மகாராஜாவின் மோதிரம்
- கைலாஷ் செளதுரியின் ரத்தினக்கல்
- அனுபிஸ் மர்மம்
- கேங்டாக்கில் வந்த கஷ்டம்
- தங்கக் கோட்டை
- கல்கா மெயிலில் நடந்த சம்பவம்
- கைலாஷில் ஒரு கொலையாளி
- சாவி
- வங்கப்புலி மர்மம்
- பூட்டிய பணப்பெட்டி
- பிள்ளையாருக்குப் பின்னே ஒரு மர்மம்
- பம்பாய் கொள்ளையர்கள்
- பிணம் நடந்த மர்மம்
- கல்லறை ரகசியம்
- தேவியின் சாபம்
- மரண வீடு
- மர்மமான ஒரு குடித்தனக்காரர்
- காத்மாண்டு கொள்ளையர்கள்
- நெப்போலியனின் கடிதம்

www.ingramcontent.com/pod-product-compliance
Lightning Source LLC
LaVergne TN
LVHW040751051026
849519LV00007BA/2517
* 9 7 8 9 3 8 2 8 2 6 8 6 6 *